நினைவில் ஒளிரும் ஜிமிக்கிக் கம்மல்

[கவிதைகள், குறுங்கவிதைகள் மற்றும் சிறு கூற்றுக் கவிதைகள்]

சீனு ராமசாமி

பாரதி புத்தகாலயம்

Ninaivil Olirum Jimikki Kammal (in Tamil)

Seenu Ramasamy

First Published: August, 2024 | Third Print: September, 2025

Published by

BHARATHI PUTHAKALAYAM

7, Elango Salai, Teynampet, Chennai - 600 018

Email: bharathiputhakalayam@gmail.com / www.thamizhbooks.com

நினைவில் ஒளிரும் ஜிமிக்கிக் கம்மல்

சீனு ராமசாமி

முதல் பதிப்பு: ஆகஸ்ட், 2024 | மூன்றாம் அச்சு: செப்டம்பர், 2025

வெளியீடு:

பாரதி புத்தகாலயம்

7, இளங்கோ சாலை, தேனாம்பேட்டை, சென்னை - 600 018.
தொலைபேசி : 044 - 24332924.

விற்பனை நிலையங்கள்

7, இளங்கோ சாலை, தேனாம்பேட்டை, சென்னை - 600 018

ஈரோடு: *39, ஸ்டேட் பாங்க் சாலை - 9245448353*
கரூர்: *நாரத கானசபா அருகில் (TNGEA OFFICE)- 9442706676*
காரைக்குடி : *12, 2 வது தெரு, கம்பன் மணிமண்டபம் பின்புறம் - 9443406150*
கும்பகோணம்: *352, ரயில் நிலையம் எதிரில் - 9443995061*
கோவை: *சிங்காநல்லூர் பேருந்து நிலையம் - 641 005 - 8903707294*
சிதம்பரம்: *22A / 18B தேரடி கடைத் தெரு, கீழவீதி அருகில் - 9994399347*
செங்கல்பட்டு: *1 D ஜி.எஸ்.டி சாலை - 044 27426964*
சேலம்: *15, வித்யாலயா சாலை, ராமகிருஷ்ணா பார்க் அவென்யூ - 636 007- 8610050311*
தஞ்சாவூர்: *கடை எண்.8, முன்னாள் இராணுவத்தினர் மாளிகை, H.P.O. எதிரில் - 613 001 - 9442781491*
திண்டுக்கல்: *பேருந்து நிலையம் - 9942331105, 9976053719*
திருச்சி: *வெண்மணி இல்லம், கரூர் புறவழிச்சாலை - 9994289492*
திருநெல்வேலி: *நவஜீவன் டிரஸ்ட் வளாகம், 48-B/10, அம்பை ரோடு, வீரமாணிக்கபுரம் - 9442149981*
திருப்பூர்: *447, அவினாசி சாலை - 9486105018* | **திருவண்ணாமலை:** *முத்தம்மாள் நகர்*
திருவல்லிக்கேணி: *48, தேரடி தெரு - 9444428358* | **திருவாரூர்:** *35, நேதாஜி சாலை - 9442540543*
நாகர்கோவில்: *699, கே.பி.ரோடு R.V.புரம் - 9443450111*
நெய்வேலி: *பேருந்து நிலையம் அருகில் - 9443659147*
பழனி: *பேருந்து நிலையம் - 7010760693* | **பெரம்பூர்:** *52, கூக்ஸ் ரோடு - 9444373716*
புதுச்சேரி : *கிழக்கு கடற்கரைச் சாலை, இலாசுப்பேட்டை, 9486102777*
மதுரை: *மேல பெருமாள் மேஸ்திரி வீதி - 625 001 - 9443449225 & சர்வோதயா மெயின்ரோடு*
வடபழனி: *பேருந்து நிலையம் எதிரில் அடையார் ஆனந்தபவன் மாடியில் - 9444476967*
விருதுநகர்: *131, கச்சேரி சாலை - 0456 2245300* | **வேலூர்:** *பேஸ் III, சத்துவாச்சாரி - 9442553893*

நினைத்த நூல்கள்... நினைத்த நேரத்தில்... BharathiTV | www.bookday.in

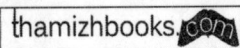

thamizhbooks.com 8778073949

ரூ. 160 /-
அச்சு : பிரிண்டெக், சென்னை - 600 005.

கவிஞர்கள் ஊற்றுகளை போன்றவர்கள்

எங்கள் கிராமத்தில் என்னுடைய சிறுவயதில் ஊற்றுகள் இருந்தன. ஊருணிகள் வேறு. ஊற்றுகள் வேறு. ஒவ்வொரு ஊற்றும் ஒவ்வொரு பலனுக்கு உரியது. சாய்வாக மண்ணை வெட்டி செதுக்கி வட்ட வடிவத்தில் உள்ளிறங்கி தாழ்ந்து, நீர் சுரப்பில் போய் நிற்பதற்குப் பெயரே ஊற்று. வட்டமாக தாழ்ந்து தாழ்ந்து தண்ணீர் இருக்கும் இடம் வரையில் நடந்து செல்லவேண்டும்.

ஒவ்வொரு ஊற்றுக்கும் ஓரோர் சுவை உண்டு. அதைப் பொறுத்து அதன் பலன் மாறுபடும். பெண்கள் சமையலுக்கு என்று தண்ணீர் எடுக்கச் செல்வார்கள். அந்த ஊற்றுகளுக்கும் சொர்க்கத்தின் ஊற்றுகளுக்கும் இடையில் அடிக்கண்ணியில் தொடர்பு உண்டு. அப்படி அல்லாமல் அமிர்தம் நீராக வந்து தோன்றுவது சாத்தியம் அற்றது. ஒரு கவிதையை, கவிஞனை அறியவும் ஊற்றுக்குள் தாழ்ந்து செல்லும் திறன் அவசியப்படுகிறது.

கடலடி ஊர். மேலோட்டத்தில் நன்னீரும் ஆழத்தில் உப்பும் கொண்ட ஊர் அது.

கவிஞன் எப்போதும் ஊற்றை வடிவமைத்து தாழ்த்தி வெட்டி மேம்படுத்துவதற்கு மட்டுமே பொறுப்பாளி. ஊற்றுக் கண்ணியில் பொங்கும் நீர் ஆதி காலத்தோடு தொடர்பு கொண்டது. நித்தியமான ஒன்றுடன் தொடர்புடையது. உண்மையாகவே அது ஓர் அமிர்தக் கலசத்தில் இருந்து பொங்கி வருகிறது. ஓர் ஊற்றுக்கும் மற்றொரு ஊற்றுக்கும் தொடர்பு உண்டா? உண்டு. அவை நீர் சுரப்பின் வழித்தடங்களில் கைபிடித்து நிற்கின்றன. ஒரு கவிஞனும் இன்னொரு கவிஞனும் இந்த அடியூற்றுத் தடங்களில் கைபிடித்துக் கொள்கிறார்கள், விலகவும் செய்கிறார்கள்.

அடிப்படையில் கவிஞனாக இருக்கும் ஒருவர் எந்தத் துறையைச் சார்ந்தவராக இருப்பினும் பிறரிலும் மேம்பட்டவராக இருக்கிறார். நீங்கள் இதனைக் காணலாம். கவிதை தெரிந்த அரசியல்வாதி,

கவிதை தெரியாத அரசியல்வாதியைக் காட்டிலும் மேம்பட்டவர். கவிதை அறியாத புனைவாசிரியனைவிட அறிந்தவனின் புனைவு கூர்மையானது. நவீனமானது. கவிதை அறிந்த தத்துவவாதிகள் வாழ்வை பிரபஞ்சத்தை கூடுமானவரையில் பூரணமாக பார்க்க முயல்பவர்கள். கடவுள் அப்படித்தான் கவிஞர்களைப் படைக்கிறார். தான் நேரடியாக, தன் இருத்தலைப் பாவிக்க இயலாதபோது கவிஞர்கள் வழியே பாவிக்கிறார். சீனு ராமசாமியும் அத்தகைய ஒரு கவிஞர்.

"அந்தரத்தில் மிதந்து
பல மாடி
பல ஜன்னல்கள் கடந்து
மேலே போகிறது
சிறுமியின் பலூன்

சிறிது நேரம் பார்த்தாள்
அடுத்த பலூனை ஊதத் தொடங்கினாள்

கைவிட்ட பலூன்
மேலே போவதைத் தவிர
வழியில்லை."

சீனு ராமசாமியின் இத்தொகுப்பில் உள்ள கவிதைகளுள் ஒன்று இது. ஒரு நல்ல கவிதையை இனம் காண்பதற்கு உள்ள, எளிய யுக்தி அந்த கவிதையின் கீழே "அதனால் என்ன?" என்கிற கேள்வியைப் பிரயோகித்தால் தெரிந்து விடும். இந்தக் கவிதையிடம் இந்தக் கேள்வியைக் கேட்டால் கவிதை இன்னும் மீதம் இருக்கிறேன் என்பதை உணர்த்துகிறது. மேலதிக அர்த்தம் கொண்டது கவிதை.

விக்ரமாதித்யன் அண்ணாச்சியின் ஒரு கவிதை.

"மரங்களுக்கு இல்லை மன நோய்" என்னும் ஒற்றை வரியே கொண்டது. என்னை வாழ்வு முழுதும் பின்தொடர்ந்து வருகிற வரி இது. அதுபோல சீனு ராமசாமி,

"கைச் சிரங்குக்குக் குப்பை மேனி
மனச் சிரங்குக்கு உந்தன் மேனி" என்று எழுதுகிறார்.

"இன்பம் உடலின் விந்து
துன்பம் ஆறாக் காயம்" என்று எழுதுகிறார். இத்தகைய எளிய வரிகள் சீனு ராமசாமி கவிதைகளில் பல பரிமாணம் கொண்டவையாக உள்ளன.

சீனு ராமசாமியின் கவிதைகளில் தத்தளிப்புடன் இந்த உலகத்தின் முன்பாக நிறுத்தப்படும் ஒருவன் வந்துகொண்டே இருக்கிறான். கனவின் ஒளியும், கசப்பின் களிம்பும் படிந்தவன் அவன். இன்றைய கார்ப்பரேட் கல்ச்சர் உருவாக்கும் பொது மனிதனுக்கு வெளியே இருக்கும் மனிதன் அவன். அவனே இந்த நிமிடத்தில் உலகின் விளிம்பில் நிற்பவனும் உலகைத் தாங்கி நிற்பவனும் ஆகிறான். சீனு ராமசாமியின் கவிதைகளில் அவனுடைய வெப்பம் இருக்கிறது

"என் பசியைக் கொண்டு வந்தேன்
ஒரு ரயிலில்
அந்த நாளை மறக்க முடியாது

ஒவ்வொரு ரயிலிலும்
யாரோ ஒருவரின் பசி வருகிறது
அடைக்கலம் கோரும்
பார்வையுடன் தயக்கத்துடன்

ஏதோ ஒரு
ரயில் நிலையத்தின்
முன்
நிற்கிறது."

இது சீனு ராமசாமியின் கவிதை. தமிழ்ச்செல்வனின் ஒரு கதையில் வரும் ஒருவன் கால்களை மடக்கி உட்கார்ந்து பார்ப்பான், உடலை இறுக்கி உட்கார்ந்து பார்ப்பான். முடிவில் எப்படி உட்கார்ந்து பார்த்தாலும் பசித்தது என்று எழுதியிருப்பார். "எப்படி உட்கார்ந்து பார்த்தாலும் பசித்தது" என்கிற வரி கதையில் இடம் பெற்றிருந்தாலும்கூட கவிதையே. சீனு ராமசாமியின் இந்தக் கவிதையில் "ஒவ்வொரு ரயிலிலும் யாரோ ஒருவரின் பசி வருகிறது" என்று வரும் இடம் ஒரு தனிமனிதனைச் சுட்டுவதாக மட்டும் அல்ல. அது உலகளாவிய பொருளைச் சென்றடைகிறது.

பொதுவாகவே கவிதையை முழுமையான எழுச்சிகொள்ளச் செய்கிற வரிகள். சில கவிதைகளில் ஆரம்ப வரிகளிலேயே அவை அமைவது உண்டு. சில சமயங்களில் இடையில் அத்தகைய வரிகள் வரும். இறுதியில் வருவதும் உண்டு. சீனு ராமசாமியின் இந்தக் கவிதையில் இந்த வரிகளில் கவிதை மேல் எழும்பி விடுகிறது. பிரான்சிஸ் கிருபாவின் "ஞாயிற்றுக்கிழமைகளில் டீச்சர் ஆகும் சிறுமி" கவிதை தலைப்பிலேயே கவிதையான கவிதை.

மிலன் குந்தேரா கவிதை பற்றி இவ்வாறு சொல்கிறார்: "கவிதையின் நோக்கம் பிரமிக்கத்தக்க சிந்தனையால் நம்மை மயக்க முயல்வது அல்ல. மாறாக, இருப்பின் ஒரு கணத்தை மறக்க முடியாததாகவும் தாங்க முடியாத ஏக்கத்திற்குத் தகுதியானதாகவும் மாற்றுவதே யாகும்." அவர் ஒரு தத்துவவாதியாக இருந்தாலும் கூட ஏறக்குறைய அவருடைய இந்தக் கூற்று ஏற்கத்தக்கதே ஆகும். மா. அரங்கநாதன் "கவிதைக்கு நோக்கம் இல்லை" என்கிறார். அப்படி நோக்கம் இருக்குமாயின் நோக்கம் நிறைவு பெற்றதும் அது அழிந்து விடும் என்பது அவருடைய புரிதல்.

"ஓர் அழகியல் உள்ளுணர்வு மனிதனுள்ளே மிக வேகமாக வளர்கிறது. தான் யார் என்றோ, தன் தேவை என்ன என்றோ முற்றாக உணராமலே, தனக்கு என்ன பிடிக்கவில்லையென்றும் தனக்கு எது பொருந்தவில்லையென்றும் ஒருவன் உள்ளுணர்வால் தெரிந்துகொள்கிறான். மீண்டும் நான் வலியுறுத்திச் சொல்கிறேன்: நன்னெறி சார்ந்த பிராணி என்பதற்கு முன்னால், மனிதன் ஓர் அழகியல் பிராணி" என்கிறார் ஜோசப் ப்ராட்ஸ்கி. இது என்னுடைய கவிதைப் பார்வைக்கு மிகவும் அணுக்கமாக உள்ளது. கவிதை அல்லாத ஒன்று எவ்வளவு உயரியதாக இருப்பினும் கவிஞனுக்கு அதில் ஈடுபாடு உண்டாவது கிடையாது.

சீனு ராமசாமியின் துக்கத்தின் வெளிப்பாடுகளிலும் அழகுணர்ச்சியே வெளிப்படுகிறது. ஒவ்வொரு விஷயத்திலும் பிறரில் இருந்து வேறுபடும் ஒன்றையே கவிஞன் முன்வைக்கிறான்.

"துக்கத்தின் பயிர் செழிப்புடன்
வளர்கிறது
நீரின்றி வெயில் இன்றி
நினைவின் உரத்தில்
அவரவர் வீட்டில் அதற்கு
ஓர் அலமாரி இருக்கிறது
யார் வேண்டுமானாலும் அதை
திறந்து விடலாம்

நேற்று தொலைக்காட்சித் தொடரில்
தோன்றிய குணச்சித்திர நாயகி
திறந்து
அம்மாவுக்கு பெரும் துக்கத்தைக்
கொண்டு வந்தாள்

துக்கம் நீர் நிரம்பிய மண்பாண்டம்
அது எப்போதும் உடையவே
காத்திருக்கிறது."

சீனு ராமசாமியின் இந்தத் தொகுப்பில் உள்ள முக்கியமான கவிதைகளுள் ஒன்று இது. துக்கத்துக்கு ஒவ்வொருவர் வீட்டிலும் உள்ள அலமாரியை இந்தக் கவிதை அழகுறத் திறக்கிறது. துக்கம் நீர் நிரம்பிய மண்பாண்டம், அது எப்போதும் உடையவே காத்திருக்கிறது என்பது வெகு சிறப்பு.

அணிலாட்டம் என்கிற ஒரு கவிதை என்னை மிகவும் கவர்ந்தது.

"ஒரு கிளையில் இருந்து
மறு கிளைக்குத் தாவும் அணில்
விட்டு வந்த கிளை ஆடுவதை
ஒரு கணம் பார்க்கிறது
ஆடப் போகும் இக்கிளையை
இறுகப் பற்றி மறு கிளைக்குத்
தாவுகிறது."

ஒரு கணம் மட்டுமே பதிவாகி இருக்கும் இந்தக் கவிதை அந்தக் கணத்தில் இருந்து விடுபட்டு எல்லோருடைய கணங்களுக்குள்ளும் வந்து நிற்கிறது.

சீனு ராமசாமி "இவ்வுலகிற்கு ஒரு கவிஞரிடமிருந்து அதிகபட்சம் ஆரேழு கவிதைகள்தான் தேவையாக இருக்கிறது" என்று ஒரு கவிதையில் சொல்கிறார். ஞானக்கூத்தன் தமிழ் நவீன கவி இருநூறு கவிதைகள்தான் எழுத முடியும் என்று சொல்கிறார். என்னைப் பொறுத்தவரையில் கவிதை பலி பீடத்தில் தன்னைக் கிடத்தி, மலர்த்தி வைத்து கேட்கப்படுகிற வரம். இத் தொகுப்பின் மூலம் இந்த இடத்திற்கு சீனு ராமசாமி வந்து சேர்ந்து இருக்கிறார். வாக்தேவி அவருக்கு நினைத்ததையெல்லாம் அருளட்டும். வாழ்த்துகள் வாழ்க வளமுடன்!

லக்ஷ்மி மணிவண்ணன்
கவிஞர்
31-07-2024

நினைவில் அணையாமல் ஒளிரும் ஜிமிக்கிக் கம்மல்

“நினைவில் ஒளிரும் ஜிமிக்கிக் கம்மல்”, தலைப்பே நேரடியாக, பால்யத்தின் படிமம் உலவிய காலத்திற்கு அழைத்துச் சென்றுவிடுகிறது. இயக்குநர், கவிஞர் சீனு ராமசாமியின் இக்கவிதை நூலில் ஆங்காங்கே தழைத்து நிற்கும் அழியாக்காலத்தின் படிமங்கள் வழியே ஓர் ஆண் தவறவிட்ட கணங்களும் அதினூடே ஒளிரும் நினைவின் தருணங்களும் அழியாச்சித்திரங்களும் நிறைந்து பெருகுகின்றன.

தமிழனின் வாழ்வில் கவிதை எங்கே, எதை நோக்கி நகர்ந்துகொண்டிருக்கிறது என்பதை விசையுடன் தேடும் ஓர் உயிர் நான் என்பதால் சீனு ராமசாமியின் கவிதைகளுக்குள் பயணிக்கும் பணியையும் ஏற்றுக்கொண்டேன். தன்னைப் பாகங்களாக உடைத்துப் போடும் வாழ்வை முழுமைப்படுத்தும் பணியைக் கவிதை மட்டுமே செய்ய இயல்கிறது என்பதை இன்னுமொரு முறை அழுத்தமாய்க் கண்டடைந்தேன். வாழ்வின் இன்பத்திற்கும் துன்பத்திற்கும் இடையில், நுண்ணுணர்வு பிரியாமல் ஆயிரமாயிரம் கவிதைகளை, கவித்துவத்தை உயிர்ப்பிக்கத் தினம் தினம் துடிகொள்ளும் கவிஞர்கள் பிறந்து எழுந்து கொண்டேயிருக்கிறார்கள். எல்லோரின் முனைப்பும் கவித்துவத்தை எப்படி மொழிக்குள் சிறைப்பிடித்து வைத்துக்கொள்வது என்பதே. அந்த மின்னி மறையும் தருணத்தை மொழியகப்படுத்துவதன் முனைப்பே சினு ராமசாமியின்

சீனு ராமசாமி கண்டு, கேட்டு, வாழ்ந்த, நினைவில் பதிந்த அத்தனைக் கதாபாத்திரங்களையும் மொழிப்படுத்த முனைந்திருக்கிறார். பெரும்பாலும் ஒவ்வொரு கவிதையிலும் ஒரு கதாபாத்திரமும். அந்தக் கதாபாத்திரங்களினூடே தானும் மின்னி மறைகிறார். பின் எல்லாமே நான் என்பதன் அளவிலாத குரல்களும் அக்குரல்களின் நீட்சியுமாய்க் கிளைவிடுகின்றன. அடக்கப்பட்ட, வஞ்சிக்கப்பட்ட,

கருணையை வழங்கமுடியாமல் முறிக்கப்பட்ட குரல்கள் தாம். எனில், எத்தனை ஆயிரம் நான்களைச் சுமந்து அலைகிறோம் என்பதே கவிதையின் மின்னல்.

சூரிய மகள் கவிதையில் அன்பு மனதின் அடியில் மறைந்திருக்கும் குரூரத்தைப் பதிவு செய்திருக்கிறார். 'நான் சொல்வதைச் சிறிது நேரம் உங்களால் தாங்கிப்பிடிக்க இயலுமா', வரியில் அவரது முழு வாழ்வின் சுமையும் புலனாகிறது. ஒவ்வொரு முறையும் மரணம் வரை உப்பி நிற்கிறது பலூன். யானையின் பசிக்கு எறும்பின் உணவை எடுக்கும் மனிதர்கள். நீரின் சமன்பாடு கவிதையின் அத்தனை அத்தனை படிமங்கள். அப்படியே, மையோடிய இலையும். சிறு ஓடையில் ஒளிரும் ஜிமிக்கியின் இசையில் ஓடிக்கொண்டிருக்கிறது நீர். துக்க நீர் நிரம்பிய மண்பாண்டம் எப்பொழுது ம் உடையவே காத்திருக்கிறது. மலையுச்சியில் சிறுத்தையுடன் நிற்கிற ஒரு கற்பனையின் தொடக்கச்சொல்லில் கதைப்புலி என்னுள் உறுமத் தொடங்கியது. பார்க்க ஆளற்ற காலம் வாழும் காலத்தில் அடைந்த மனப்பிறழ்வின் விளங்க முடியாத பிசகிய நோய் அதற்கும் இருந்தது. கூட்டுக்குத் தீ வைத்து நீ கொண்டு வந்த தேன், தேனீக்களின் கண்ணீர். கிணற்றில் விழுந்த கன்றைத் தூக்கச்சொல்லி அம்மாக்களைக் கூப்பிடும் பசு. அடுக்களையில் அவளுடன் சேர்ந்து வீட்டைத் துடைக்கும் கிழிந்த பள்ளிச்சீருடை. விட்டுவிட்டு வந்து கிளை ஆடுவதை ஒரு கணம் பார்க்கும் அணில். வாழ்வின் இடையில் போதும் போதும் என்றளவுக்கு அள்ளி வைக்கப்படுகிறது இருளும் ஒளியும்.

ஒரு கவிதை நூலை வாசித்து முடிக்கும் போதெல்லாம் எனக்குத் தேவைப்படுவது, வாழ்க்கை பற்றிய கையளவு படிமங்கள் தாம். தேடித்தேடிச் சேகரித்த படிமங்களையே மேலே வரிசைப்படுத்தி யிருக்கிறேன். ஒரு கவிஞருக்கும் வாசகனுக்கும் இப்படிமங்கள் வாழ்வின் தடுமாற்றத் தருணங்களில் ஊன்றுகோல்கள் போல. சல்லடையாய்க் கவிதைகளை அரித்து கண்டவற்றைத் தன் கைப்பைக்குள் வைத்துக்கொண்டு தேவைக்குப் பயன்படுத்தும்போது வாழ்வின் பயணத்தை வெற்றி கண்ட நிறைவும் களிப்பும்.

கவிஞரே ஒரு கவிதையில் சொல்வது போல, வாழ்ந்து கொண்டே எழுதுகிறார்கள். அவர்கள் வாழ்க்கை அப்படி வாழ்ந்து பார்த்ததும் கிறுக்குப் பிடித்துவிட்டது. சீனு ராமசாமி, கவிதை வெளிப்பாட்டின் மீது பித்தம் தெளியா உணர்ச்சியுடன் சொற்களை

அள்ளித் தெளிக்கும் ஆவேசத்துடன் வெயில் பிரதேசத்தில் ஓடிச்செல்கிறார். இத்தகைய பித்தம் வாழ்நாள் முழுதும் அவருக்குத் தெளியாமலேயே இருக்கட்டும் வாழ்த்துகிறேன். கவிதையின் சந்நதம் கொண்ட ஒருவரால் ஒருபோதும் வாழ்வின் அற்பமான எண்ணங்களைச் சுமந்தலையமுடியாது என்பதால் முற்றிய கவிநிலையுடன் அவர் என்றென்றும் திரியட்டும் என்று வாழ்த்துகிறேன்

குட்டி ரேவதி
கவிஞர் இயக்குனர்
30-07-2024

பதிப்புரை

இதுவரை ஒன்பது திரைப்படங்களை இயக்கியிருக்கும் சீனு ராமசாமி, தனது இரண்டாவது திரைப்படமான 'தென்மேற்குப் பருவக்காற்று' திரைப்படத்துக்கு 'சிறந்த மாநில மொழி திரைப்படத்துக்கான தேசிய விருது' பெற்றார். 2015ம் ஆண்டு, தென் தமிழகத்தின் மிகப் பழைமையான மதுரைக் கல்லூரி, 'பவளவிழா' கொண்டாடியபோது, இவருக்கு 'மக்கள் இயக்குநர்' என்ற பட்டத்தைக் கொடுத்துக் கௌரவித்தது. ரஷ்ய அரசின் தமிழ் கலாச்சாரப் பிரதிநிதியாக மாஸ்கோவுக்குச் சென்று கலந்துகொண்டார். அங்கு நடைபெற்ற 45ஆவது சர்வதேச திரைப்பட விழாவில் இவரது 'மாமனிதன்' திரைப்படம் பாராட்டு பெற்றது. அமெரிக்காவில் நடைபெற்ற 56ஆவது HOUSTON WEST சர்வதேச திரைப்பட விழாவில் 'சிறந்த குழந்தைகள் மற்றும் குடும்பத் திரைப்படத்திற்கான இயக்குநர்' விருதைப் பெற்றார்.

2023ஆம் ஆண்டு, 'புகார்பெட்டியின் மீது படுத்துறங்கும் பூனை' என்கிற கவிதைத் தொகுப்பை 'டிஸ்கவரி பதிப்பகம்' மூலம் வெளியிட்டார். இந்தக் கவிதை நூலுக்கு, 'கவிதை உறவு' 50ஆவது இலக்கிய விழாவில் சிறந்த நூலுக்கான விருது, 2023ஆம் ஆண்டுக்கான 'படைப்பு' விருது, 'சௌமா'வின் 2023ஆம் ஆண்டுக்கான சிறந்த கவிதை நூல் விருது ஆகிய விருதுகள் வழங்கப்பட்டன.

இவரது கவிதைகளை 'THE DAYS OF SMALL BROOK AND OTHERS POEMS' என பேராசிரியர்

இளங்கோ நடேசன் ஆங்கிலத்தில் மொழி பெயர்த்திருக்கிறார். என்.சி.பி.ஹெச். பதிப்பகம், இவரது 'புகார்பெட்டியின் மீது படுத்துறங்கும் பூனை' கவிதைகளை 'THE CAT SLEEPING UPON THE COMPLAINT BOX' என லதா ராமகிருஷ்ணன் ஆங்கிலத்தில் மொழிபெயர்த்த நூலை வெளியிட்டிருக்கிறது. அந்த ஆங்கில நூல் BANGLURU CHRIST UNIVERSITY மாணவர்களுக்குப் பாடமாக இருக்கிறது. இந்தக் கவிதைத் தொகுப்பை, சாகித்ய அகாதெமி விருது பெற்ற ஜில்லாலே பாலாஜியின் தெலுங்கு மொழிபெயர்ப்பில், 'PHIRYADU PETTAEPAI NIDURISTUNNU PILLI' என்ற தலைப்பில் 'சாயா பதிப்பகம்' வெளியிட்டிருக்கிறது. மலையாளம், கன்னடம் என இவரது கவிதைகள் மொழிபெயர்க்கப்பட்டு வெளிவர இருக்கின்றன. லண்டன் கேம்ப்ரிட்ஜ் பல்கலைக்கழகக் குழுமத்தைச் சேர்ந்த பெக்காசஸ் பதிப்பகம் ஆங்கில எழுத்தாளர் ஜெயந்தி சங்கர் மொழிபெயர்த்த இவரது கவிதைகளை நூலாக வெளியிட இருக்கிறது. முதன் முறையாக ஒரு தமிழ் கவிஞருக்கு கிடைத்த பெருமை இது.

இதுவரை, 'ஒரு வீட்டைப் பற்றிய உரையாடல்' (2009), 'காற்றால் நடந்தேன்' (2011), 'புகார்பெட்டியின் மீது படுத்துறங்கும் பூனை' (2023), 'மாசி வீதியின் கல் சந்துகள்' (2023), 'கோயில் யானையின் சிறுவன்' (2024) என ஐந்து கவிதை நூல்களைப் படைத்திருக்கிறார். இது இவரது ஆறாவது தொகுப்பு.

பதிப்பாசிரியர்
பாரதி புத்தகாலயம்

கவிதைகள்

1. சூரிய மகள் — 19
2. வைகை அம்மா — 20
3. உழு காளை — 21
4. ஆதரவற்றோர் சந்திப்பு — 22
5. பசி தாகம் — 23
6. தந்தையின் மழை — 24
7. நெளியும் வானம் — 25
8. இறவாது உயிர் — 26
9. கறி ருசி — 27
10. பதில் — 28
11. சுமைத் தேக்கம் — 29
12. அச்சம் நீக்குதல் — 30
13. உரியவர் அறியார் — 31
14. அவள் மகன் — 32
15. மனிதர்களின் சில முகங்கள் — 33
16. ஒளி துவங்கும் — 34
17. ஒளி வடிவம் கை தரும் — 35
18. நிதான மோகம் — 36
19. கை நழுவி விழுந்த ஒன்று — 37
20. மூத்தவன் — 38
21. கரண்டிகள் — 39
22. முடிவின் மலர் — 40
23. உப்பி நிற்பது — 41
24. எவரும் வாங்க முன்வராத வீடு — 42
25. பிரிவு — 43
26. விசேஷம் — 44
27. அழைப்பு மறுத்தல் — 45
28. நீதியின் மௌனம் — 46
29. பங்குப் பாகம் — 47
30. நெடி மயக்கம் — 48
31. தர்மம் — 49
32. பிரார்த்தனை — 50
33. கெடுவுக்குப் பின்... — 51

34.	பசி	52
35.	சரிதம்	53
36.	பொருள்	54
37.	குளிர்	55
38.	ஒத்திகை வலி	56
39.	திருஷ்டி பொம்மை	57
40.	நானும் அவளும்	58
41.	அவர்கள் தோழர்கள்	59
42.	அருகில் வரும் தெய்வம்	60
43.	கொள்ளை	61
44.	பெருமை தருவேன்	62
45.	ஆம்	63
46.	நீரின் சமன்பாடு	64
47.	கூடல் மாநகரில் என் தாய்	65
48.	சொல் சாவி	67
49.	மையோடிய இலை	70
50.	அஞ்சாதீர்	71
51.	நானும் ஆங்கிலக் கவி கீட்ஸும்	72
52.	புதுப் புத்தக வாசனை	73
53.	நினைவில் ஒளிரும் ஜிமிக்கிக் கம்மல்	74
54.	வாழ்தல் போற்று	76
55.	பட்டாம்பூச்சியின் நினைவுகள்	78
56.	கவிதையின் கூத்து	80
57.	அலமாரி	81
58.	வேண்டுவது	82
59.	காக்கையின் கூடு	83
60.	மயில் வாகனன் துணை	84
61.	கிழவியின் வாழ்வு	85
62.	விலகி விடு	86
63.	நேர்மைக்கு வலி	87
64.	அசோக மரத்தின் தனிமை	88
65.	இசை முழக்கம்	89
66.	குளிரில் விண்ணப்பம்	91
67.	சிறு மஞ்சள் பழம்	92
68.	நிஜத்தின் கற்பனை	93
69.	அம்மா பசு	95

70.	அஞ்சல் பெட்டி	97
71.	தேனீயை தேடும்	98
72.	முயற்சிக்குத் தெய்வம்	99
73.	அவர்கள்	100
74.	தெருவின் அமைதி	101
75.	தாத்தா பெயர்	102
76.	தோழர்	103
77.	அவர் தந்தை	104
78.	துணை	104
79.	ஆசி	105
80.	கனவு	105
81.	ஆறுதல்	106
82.	பிள்ளை	106
83.	கல்வி	107
84.	உனக்கு	108
85.	நினைப்பு	109
86.	நிதி	110
87.	வர்க்கத் தாகம்	111
88.	எஞ்சின் தண்டோரா	112
89.	தேசபக்தி	113
90.	தந்தைமை	114
91.	ஏற்றல்	115
92.	நிறைந்தது	116
93.	போகட்டும் விடுங்கள்	117
94.	காவல்	118
95.	காரணி	119
96.	சூத்திரம்	120
97.	குங்கும நதி	121
98.	தனிமையின் நிறம்	122
99.	திறமை	123
100.	பள்ளி வீடு	124
101.	கவனித்தல்	125
102.	கீதா மாய்	126
103.	திரு விளக்கு	127
104.	நன்றி என்பது	128
105.	கானக உயிரின் தாகம்	129

106. கத்திச் சண்டை	130
107. குழந்தையின் மொழி	131
108. சிறார்கள்	132
109. அன்பின் பரிசு	133
110. நன்றியின் தோற்றம்	134
111. தாய்	135
112. அணிலாட்டம்	136
113. காதலின் அமைதி	137
114.	138
115.	139
116.	140
117.	141
118.	142
119.	143
120.	144
121.	145
122.	146
123.	147
124.	148
125.	149
126.	150
127.	151
128.	152
129.	153
130.	154
131.	155
132.	156
133.	157
134.	158
135.	159
136.	160

☙❧

1992ஆம் ஆண்டு திருப்பரங்குன்றம்
கலை இலக்கிய இரவுக்கு

நன்றி

கவிஞர் லக்ஷ்மி மணிவண்ணன்
கவிஞர் இயக்குனர் குட்டி ரேவதி
ஓவியர் ரவி பேலட்

பாரதி புத்தகாலயம்
பதிப்பாசிரியர் க. நாகராஜன்
நூல் வடிவமைப்பு : தேவி
அட்டை வடிவமைப்பு : காளத்தி

சூரிய மகள்

கிணற்று மேட்டில் பார்த்ததாகவும்
பின்புறம் பூத்திருந்த அரளி பூக்களை
அவள் பறித்ததாகவும் சொன்னார்கள்
அவள் எதையும் எடுத்துக்கொண்டு
போகவில்லை வீட்டில் என்றார்கள்
எல்லா கிணறுகளையும்
எட்டிப் பார்த்தார்கள்.
மானம் போய் விட்டதாகக்
கதறினார்கள்.
ஓடுகாலி என்று உமிழ்ந்தான்
ஊர்க் கிழவன்.
அவள் பறித்த பூக்கள் கருப்புக்கோயில்
படிக்கட்டில் அரளிக்காய்களோடு
இருந்தன.
கிழக்குச் சூரியன் தன் மகளை வாழ்த்தும்
விதமாக கருப்பண்ணசாமியின்
வீச்சரிவாள் மீது ஒளி வீசிக்கொண்டிருந்தது.

౦

வைகை அம்மா

ஊர் கூடிக் கயிறு கட்டி
இழுத்து விடலாம் சிறிய சப்பரத்தை
பள்ளம் தடுக்கும் அதன் வாழ்வை
தாயின் சிரிப்பில் சேர்ந்திசையின்
கரங்களால் வெளிவரும் சக்கரங்கள்
சொற்படி கேட்கும் குழந்தை
மற்றவர்க்கு ஒரு படி
இங்கே எமக்கு இருபது படி
ஓடும் வைகை
உயிரை வளர்த்த
அம்மா மீனாட்சி
தாகத்தின் திக்கற்ற
என் வழிக்கு
நீயே பொறுப்பு.

O

உழு காளை

வேலையற்றுத் திரும்பும் பொழுது
கூடுதல் தார்க்குச்சி விளாசல்
விழுகிறது உழு காளைக்கு.
வேலை தராமல் தடுத்த புது
டிராக்டர்காரனுக்கு ஒன்று,
தனது சொந்த வயக்காட்டை
பிடுங்கிக்கொண்ட
ரன் வட்டிக்காரனுக்கு ஒன்று,
விழும் ஒவ்வொரு வயிற்றெரிச்சல்
அடிகள் தாங்காது
ஓடும் இளங்காளையை
தோளில் கனக்கும் கலப்பையின்
வலியோடு
"நோலி மகனே" யென
நரம்புப் புடைக்கச் சத்தமிட்டான்
அம்மாசி.

O

ஆதரவற்றோர் சந்திப்பு

கைவிடப்படும் போது
சிலர் சிறகடிக்கிறார்கள்
சிலர் தன்னை
மாய்த்துக்கொள்கிறார்கள்.
நேயமிக்கவர்களாக
வளர்கிற நெருக்கடியில்
அரவணைப்புச் செய்கிறார்கள்
கைவிடப்பட்டவர்கள்
கைவிடப்பட்டவர்களை,
நீர் நீருடன் சேர்வது
போன்ற தன்னிலை
மறந்த கலப்பு உண்டாகிறது.

O

பசி தாகம்

முதலைகள் நீந்தும்
நீர்நிலைக்குக் கதை
பேசிக்கொண்டே
வருவது ஆபத்து
அந்தி
ஜாமத்துள் சொக்கும் பொழுதில்
குடத்துடன் போகும்
தோழிகளில் ஒருத்தி
கொல்லப்படும் கதையுண்டு
இந்நாட்டில்
காத்திருக்கும் பசியில் ருசியின்
கண்கள் கலங்கிய முதலையின்
கண்ணீர் துளி ஒளிர்கிறது

தூரத்தில் வருகிறது தாகமெடுத்த
மான்கள்

தந்தையின் மழை

தந்தை எவ்வூரில் ஜீவன் பிரிந்தார்
என தெரியவில்லை
ஒருவேளை நிலத்தில் அடங்கி இருந்தால்
இந்த மழைநாள் ஆனந்தத்தை
அவருக்கு வழங்கியிருக்கும்
மழையின் போது அவர் மண்வெட்டியுடன்
ஓடி பாத்திகளை உருவாக்கி
நீரைத் திசை திருப்பி எங்களை நனைத்து
குளிக்கச் செய்து தானும் தேய்த்துக் குளிப்பவர்
மழை என்றாலே சிரிப்பவர்
எங்களைக் காண வராதவாறு
ஒரு சூழலில் எங்கோ
ஓரிடத்தில் இருக்கிறார்
என்ற நம்பிக்கையில்
லைபாய் சோப்புடன்
இந்த மழையை
அவரைக் கண்டு பொழியுமாறு
வேண்டி அனுப்பி வைக்கிறேன்.

O

நெளியும் வானம்

வானத்தில் இருந்து புழுத்துக்
கொட்டப் போகுதுடா
ஓடி அலஞ்சி காசத்தேத்தி
வந்திருக்கே அடைக்கப் போகும் போது
15 ரூபா ஏறுனதச் சொல்லுற
கடனும் தரமாட்டேங்குற
கடையில் நீதிக்கு சண்டையிட்டவனை
அவர்கள் அடித்தார்கள்.

சட்டென கெஞ்சத் தொடங்கினான்
அவன் முதுகெலும்பை
வளைத்து விட்டது அடைக்கப்படும்
மதுக்கடையின் முதல் விளக்கு.

○

இறவாது உயிர்

ஒரு நாள் ஒரு சந்தர்ப்பத்தில்
உன்னோடு வரக்கூடும் அவ்வுயிர்.
மாறும் காலம் வந்தால்
மாறும் மனம் கொன்று விட்டால்
மாறாத ஓர் எதிரி இவ்வுலகில்
இறந்தவன் என்பவன்
எந்நாளும் உனக்கு.
கொடியது கொலை
எதிரியை வாழ்வி

O

கறி ருசி

கறிக்கடையில் உரித்துத் தொங்கும்
நீர்வடியும் இறைச்சியைத்
துண்டாக வெட்டுவதைப் பார்த்தபடி
நிற்கிறார்கள்.
நீண்ட வரிசையில் நிற்கிறார்கள்.
அவர்கள் வாங்குவது உரிக்கும் கத்தி
துண்டுத்துண்டாக
வெட்டும் சதை வெட்டை,
இடையில் நாயொன்று
ஜவ்வு கழிவுக்கும் எலும்புக்கும்
அமர்வதும் எழுவதுமாக இருக்கிறது.

❍

பதில்

அழைத்தால் உன் பூனையை
அனுப்பி வைக்கிறாய்
என் அன்பின் துடிப்பை
அந்நிய பிரவேசியைப்
போலப் பார்க்கிறது.
நீண்ட நேரம் பார்ப்பதால்
அச்சமாகவும் இருக்கிறது.
உன் நாய்
என் பழைய பிஸ்கட்டை மறந்து
உடம்பெல்லாம் கூச
மோப்பச் சோதனைச்
செய்கிறது.
நீ வராமல் வரும்
பதிலைச்
சந்திக்க விருப்பமில்லை
எனக்கு.

O

சுமைத் தேக்கம்

எங்கிருந்தோ வருவது
எங்கேயோ திரும்பிப் போகிறது.
இடையில் ஓய்வுக்கு
எப்படியும் இருந்துவிடும் நாள்.
ஓய்வற்ற பெரு அலைச்சல்
நின்ற இடத்தில் நிற்கும் எதற்கும்
ஓரிடம் நூறு மனச்சுமை
இடமாறும் நிலைக்கு
விட்டுச் செல்லும்
பாரமற்றச் சிந்தை.
சேமிப்புக் கிடங்குக்கு
அணைக்கத் தெரியாது தீயை.

அச்சம் நீக்குதல்

பொறாமை கொள்பவன் மூத்தவன் எனில்
அது முன்னோர் ஆசியாகவும்
இளையோர் எனில் வாழ்த்தாகவும்
குலதெய்வ அருளாக மாறிக் கொள்ளும்.
புதியக் கட்டிடத்து வாயிலில்
பூசணிக்காயின் கன்னத்தில் பொட்டு வைத்து
ஓங்கித் தரையில் அடித்தச் சொற்களில்
ஒரு எளிய குடும்பத்தின் அச்சத்தை நீக்கினார்
முத்தையா கொத்தனார் மாமா.

O

உரியவர் அறியார்

அந்தரத்தில் மிதந்து
பல மாடி
பல ஜன்னல்கள்
கடந்து
மேலே போகிறது
சிறுமியின் பலூன்
சிறிது நேரம் பார்த்தாள்
அடுத்த பலூன் ஊதத் தொடங்கினாள்.
கைவிட்ட
பலூன் மேலே போவதைத் தவிர
வழியில்லை.
அது பலூனுக்குத்
தெரியாது
கையில் இருக்கும் வரை.

O

அவள் மகன்

ஓர் இளம் சடலத்தைத் தூக்க
நான்கு பேர் வந்தார்கள்.
வேட்டியை இறுக்கக்
கட்டிக்கொண்டார்கள்.
ஆளுக்கொரு பக்கம்
நின்று குனிந்துத் தூக்கினார்கள்.
திடுக்கிட்டு
தொங்கிய தலையை
தன் நிலை மறந்திருந்த தாய் நினைவு மீண்டு
ஓடி வந்து தாங்கித் தூக்கி நிறுத்தினாள்
தாங்கிய தலையை பார்த்தபடி
நால்வரோடு ஆம்புலன்ஸ்
நோக்கி உடன் ஓடினாள்.

O

மனிதர்களின் சில முகங்கள்

பிணத்தைத் தோண்டும் நரி
குரைப்பதில்லை
கல் எறிந்து விரட்டும் தந்திரங்கள்
நாய்க்குப் புரிவதில்லை.
வஞ்சகத்தை ரசிக்கத்
தொடங்கிய பின்
நரி அழகாவதும்
நன்றியின் இதயம் வாலில்
துடிக்கும் நாய்
கோரமான ஜீவனாவதும்
வாழ்வின் ஓரங்க நாடகத்தின்
இறுதிக் காட்சி.

ஒளி துவங்கும்

தீபங்களை ஏற்றிய பிறகு
உன் சஞ்சலங்கள் சுடரொளியில் தலை சாய்ந்துவிட்டன.
துன்பங்களின் மலர்கள் பூத்தக் காலங்களை
எண்ணி கண்ணீர் உகுக்கும்
மனமே கிளிகளுக்குப் புவனத்தில்
கனிகள் உண்டு.
சிங்கங்களின் பசிக்கு
நீயில்லை பொறுப்பு.
இந்தச் செய்தி உன்னைச் சேர்ந்தால்
இவ்வேளைக்குப் போதுமானது.

O

ஒளி வடிவம் கை தரும்

ஒரு கதவு மூடி மறு கதவு திறக்கும்
இடைவெளியில் கைப்பிடிக்கும் உயிர்.
உயிர் தரும் உயிர் விளக்கேற்றும் விளக்கு
விதியின் கோட்டை அழிக்கும் விதி.
ஆணாக வரும் பெண்
பெண்ணாக வரும் ஆண்
இரண்டும் தெய்வ அன்பின்
உயரிய அம்சம்.

O

நிதான மோகம்

சிரிப்புக்கு
மல்லிகை மணத்துக்கு
பேரம் பேசாமல்
நிலவு இனிக்கும்
சோளக்காட்டுக்குள்
சக்கரைக்கு எறும்பின்
வேகமாக
மொத்தச் சம்பளப் பணத்தையும்
லாரியின் சிறப்புப் பெட்டியில் பூட்டி
இரண்டு நோட்டுகளுடன்
அவளைப் பின் தொடரும்
டிரைவர் ராஜா
சுப்பிரமணி கிளீனருக்கு நள்ளிரவில் காலம் தந்த
வாழ்வியல் குரு

O

கை நழுவி விழுந்த ஒன்று

கைநழுவி விழுந்த ஒன்றைத் தேடி
வீட்டுக்குப் போகாமல்
கால் கடுக்க இங்கும் அங்கும்
தெருவில் அலைகிறார் அப்பெரியவர்.
விழுந்தவுடன் தொலையும்
உலகில் குனிந்து ஒவ்வொரு அடியாக
உற்றுப்பார்க்கிறார்.
ஒரு நம்பிக்கையில் சுற்றி கவனிக்கும்
மனிதர்களை ஒரு பார்வைப் பார்க்கிறார்.
அந்தத் தெருவின் மறுமுனைக்கு
கை நழுவி விழுந்த ஒன்று
அழைத்து போகிறது.

O

மூத்தவன்

நான் சொல்வதைச்
சிறிது நேரம்
நீங்கள்
தாங்கிப் பிடிக்க
இயலுமா?
ஓடும் நதியில் முகம் கழுவி
கால்கள் உஷ்ணம்
தணிக்க விரும்புகிறேன்.
கொஞ்சம் தூரம் நீந்தவும்
விரும்புகிறேன்
குடும்பத்தில்
மூத்தவன் என்பதால்
பின்னால் பிறந்த சிறு பிள்ளைகளை
வழியெல்லாம் சுமந்த இடுப்பு
இப்பவும் வலிக்கிறது.

O

கரண்டிகள்

குழம்புக்கரண்டியில் ஒன்று
கண்ணுக்கரண்டியில் ஒன்று
வலை பிடித்த மீன்களை
கொதிக்கும் நிலையில்
ஜல்லடைக் கைகளில்
உடையாமல் அள்ளிவிடும்,
குழம்பை ருசி பார்க்க
குமிழ் கரண்டி, அது
மீன் அள்ள உதவாது,
கண்ணுக் கரண்டிகளில்
பீடி புகை போல்
மெலிந்த சமையல் மாஸ்டர்கள்
பெரிய இருப்புச் சட்டியில்
வடை வகையறாக்களை
அள்ளுவதைக் கண்டிருக்கிறேன்.
கொதிக்கும் எதையும்
பதம் தொடும்
வாக்குவாதம் தோற்றால் தாக்கும்
இக்கண்ணுடைக் கரண்டி.

o

முடிவின் மலர்

முடிவு எடுத்த பின் அமைதியாக மழை ஓய்ந்திருந்தாள்
முடியக்கூடாது என அஞ்சியவள் எதிர்பாரா
பல மின்னல் முடிவுகளின் ஞானத்தில்
இம்முடிவு பிறந்துவிட்டது. அவனிடம் சொல்ல அவள்
அவசரப்படவில்லை சொல்லத் தயங்கப்
போவதுமில்லை இனி அவனைப் பற்றி
நான் சொல்ல ஒன்றுமில்லை
ஒரு மெழுகுவர்த்தி ஏற்றியோ
பிரகாரம் சுற்றியோ
அவனுக்கு ஒரு மலரை
இக்கவிதையின் வழி
பிரார்த்தனையில் வைக்கிறேன்.

O

உப்பி நிற்பது

அழுத்தம்
கூடிக் கொண்டே இருக்கிறது
உப்பிக்கொண்டே போகிறது
வெடிக்காமல் இருக்க
வேண்டும்
வெடிக்க விரும்புகின்றனர்
சிலர்
வெடிக்கக் கூடாது என்கின்றனர்
சிலர்
ஊதுபவன் ஊதுகிறான்
அதன் விதி அப்படி
என்போர்களும் உண்டு
குழந்தைக்குத் தெரியாது
காற்றை ஏற்கும் பலூனுக்கும்
புரியாது.

ஒவ்வொரு முறையும்
மரணம் வரை
உப்பி நிற்கிறது.

O

எவரும் வாங்க முன்வராத வீடு

தாழ்வாரம் உள்ள ஆளற்ற பூட்டப்பட்ட வீட்டின்
செடிகள் பக்கவாட்டுச் சுவர்களில்
வெளிச்சம் அருந்திச் செழித்திருக்கின்றன
பூட்டப்பட்ட பக்கத்து அடுக்களையில்
பாத்திரங்கள் கழுவும் சத்தம் கேட்கிறது
யாரோ புழங்குகிறார்கள் என்றார்கள்.
அவர்களை அறிந்துகொள்ள ஆர்வமில்லை அவர்களுக்கு
எவரும் வாங்க முன் வராத வீடு
பூட்டப்பட்டாலும் நடமாட்டங்கள் இருப்பதாக
தாகூர் கூர்க்கா மாமா சுருட்டுப் புகையோடு
சொன்னது நினைவில் மூட்டமாகிறது.
அடுக்களையின் ஜன்னல் வழி
ஒளி விழுந்திருந்தது
முன்பு வாழ்ந்த வீட்டின் ஒளியை
கலைக்க விருப்பமின்றி வெளியே வந்தேன்.

o

பிரிவு

நீ என்னோடிருந்த காலங்களில்
கலங்கி இருந்த உன் நேசர்கள்
பிரிந்த பிறகும் வருந்தியிருப்பது
ஒருவனுக்கு உருகிய மெழுகுவர்த்தி
இருளில் கரைந்த பின்
கவ்வும் கையறு இருள் நிலை.

அவர்களின் விருப்பம் என்னை பிரிவது
அதிகபட்சமாக எல்லாருக்கும்
உன்னைத் தர சிதை நெருப்பின் வழி
மேகமாகப் போயிருக்க வேண்டுமா?

அண்ணாந்துப் பார்த்து அலையும்
கழுத்து வலியோடு
ஒவ்வொரு நாளும் விடிகிறது

O

விசேஷம்

வெளியேறும் பொழுது கூச்சல் எதற்கு?
வெளியேற்றத்தைத் தடுத்தால்
வெளியேறும் சித்தம் வேகமாகும்
அவளை விட்டு விடுங்கள்
சூட்கேஸ் கால்களில் தட்டப் போகட்டும்
ஒரு சிகரெட் குடியுங்கள்.
அமைதியின் புகை பரவட்டும்
அந்த அமைதி
அவள் வெளியேறிய
வீட்டின் அமைதி
அதுவே அதன் விசேஷம்.

O

அழைப்பு மறுத்தல்

தாய் கூப்பிட
தந்தை கூப்பிட
மனைவி கூப்பிட
பிள்ளைகள் கூப்பிட
திரும்பிப் பார்க்காமல்
கண்கள் கலங்கி அழைக்கும்
குரல்களின் மீதேறி
குறுக்குச் சந்தில் நுழைந்து
கிழவி கூப்பிடுவதைச்
செவி மடுக்காது
விரைந்து
இன்னும் வேகமாக
வெறுங்காலில் போனவன்

பாதைகள்
சாணி தெளித்துத்
துலக்கி இருப்பினும்
திரும்பி வர முடியாதபடி
அழைத்துப் போக
எவருமின்றி சுவர்
முட்டி நிற்கிறேன்.

○

நீதியின் மௌனம்

நீங்கள் சொல்ல
வேண்டியதைக்
கூண்டில் ஏறிச் சொல்லுங்கள்
என்றார் நீதியரசர்
கூண்டில் ஏறினாள் எதுவும் சொல்லாமல்
இறங்கினாள்.
நேர்ந்ததைத் திரும்பத் திரும்பக் கேட்டும்
அவள் சொல்லவில்லை
கூண்டில் ஏறியதும் நீதிக்குக் கேட்டுவிட்டது
நீதிமன்றத்துக்கு அது கேட்கவில்லை.

O

பங்குப் பாகம்

பகிர்ந்து ஊட்டியதைத் தின்ற
மகன்கள் பகிர்ந்து கேட்கிறார்கள்
உறவை வளர்க்க நட்ட வயலைப்
பிரித்தது உயிரைப் பிரிக்காத
காலம் ஒரு பக்கம் அவனுக்கு
மறுபக்கம் இவனுக்கு
அறுத்த தையல் தழும்பின்
வயிற்றைத் தடவும்போது
தென்படுகிறது
தகப்பனுக்கு வரப்பின் கோடு
பதறும் இந்நாளில்
நேரந்தவறாமல் உண்ணத் தவறிய
ஒற்றைப் பெரியாம்பளைக்குத்
தட்டில் அள்ள
விதை நெல் இருக்கிறது
சோறு இல்லை

○

நெடி மயக்கம்

நீயற்ற பொழுதிலும் நீயிருக்கும் நெடி
அதற்குப் பேசத் தெரியாது
வாழத் தெரிந்திருக்கிறது
பேச்சு நெடியைக் கொல்லும்
அட்டைப் பூச்சி சொற்களில்
எரியும் கண் எரிச்சல்
புகையின் பொழுது நெடிக்கில்லை வாழ்வு.
நெடி அழகின் நறுமணம்
காமத்தின் காதல்
விலகி வெகுதூரம் போனாலும்
உயிரோடு இருக்கிறது
வதையின்பம் தருகிறது
விளக்குபோல் சுடர்கிறது.
நினைவின் ருசியோடு
உன் பனித்த நெடி நாசியின்
நாக்கில் வசிக்கிறது.

o

தர்மம்

குதிரைகளின் அயர்ச்சிக்கு
இரக்கப்பட்டால் பாய்ந்திடும்
எதிரியின் கூரிய நோக்கம்
கரப்பான் பூச்சிகள்
வெளிச்சம் காண்பது அரிது

அவை அசையும் மீசையுள்ள
இருட்டுப் பூச்சிகள்
அவற்றின் பகடிகள்
நாளை இருக்காது,

இருப்பது ஒரு வாழ்வு
முடிவு இரண்டு

போர்க்களம்
எதிரியை உண்ணும் மேசை

வாள் கையில்
இருக்கிறது
உயிரோடிரு
வீரனே.

o

சத்தியத்தையும் அறிவீர்கள், சத்தியம் உங்களை விடுதலையாக்கும் என்றார்.

யோவான் 8:32

பிரார்த்தனை

கடல் மணலில் சிலுவை இட்டு
கண்ணீர் கேவலுடன்
மண்டியிட்டப் பெண்ணொருத்தி
இந்நேரம் வந்த பாதை வழி
இல்லம் சேர்ந்திருப்பாள்

அவள் சிலுவையில் கசிந்த
இரத்தத்தின் மீது அலையடிக்க
உகந்த நேரம் வந்திருக்கும்
இருளின் சத்தியத்தில்
அழுதவள்
'துணை இருப்பீர் தந்தையே!'

O

கெடுவுக்குப் பின்...

அந்தக் கெடுவுக்குப் பின்
அவன் ஊரில் இல்லை
அந்தக் கெடுவுக்குப் பின்
அவள் புகார் மனுவில்
கண்ணீர் நிறைத்து
இணைவின் ஏக்கத்தை நிரப்பினாள்.
அந்தக் கெடுவுக்குப் பின்
பள்ளிவாசலில் கட்டணத்துக்கு
நிறுத்தப்பட்டாள் ஒரு மகள்.
அந்தக் கெடுவுக்குப் பின்
வட்டிக்காரன் நடு வீட்டில்
சட்டென்று நுழைந்து
தனித்த பெண்ணிடம்
குடிக்க நீர் கேட்டான்.
அந்தக் கெடுவுக்குப் பின்
வெண்ணிற இரவுகளில்
அவள் இதயத்தில் சம்மத
நிலவு பூத்தது.
அந்தக் கெடுவுக்குப் பின்
அவன் அவள் வீட்டின் சுவற்றில்
தலை முட்டி அழுதான்.
அந்தக் கெடுவுக்குப் பின்
ஒரு தாய் கோயிலில்
மடியேந்தி நின்றாள்.

O

(கவிஞர் கரிகாலனுக்கு)

பசி

என் பசியைக் கொண்டு வந்தேன்
ஒரு ரயிலில் அந்த நாளை
மறக்க முடியாது

ஒவ்வொரு ரயிலிலும்
யாரோ ஒருவரின் பசி வருகிறது

அடைக்கலம் கோரும்
பார்வையுடன் தயக்கத்துடன்
ஏதோ ஒரு நிலையத்தின் முன் நிற்கிறது.

O

சரிதம்

மூத்த மனிதன் ஒருவனின்
நன்மையின் நெஞ்சுறுதி
பெற்ற தலைச்சன் பிள்ளை
ஒற்றையடிப் பாதை
அவன் உள்ளங்கையின் அருள்
செம்மண்ணில் கற்கள்
வியர்வையில் உருகிய தடம்.
வலியின் வழி
ஒற்றையடிப்பாதையைச்
சந்திக்கும் கணம் தோறும்
நன்றியின் பெருக்கில்
முத்தமிட விரும்பும்
செருப்பற்ற வெற்றுப் பாதங்களை
முதல் முத்தம் பெற்று
மறு முத்தம் தரும்
ஒற்றையடிப் பாதையின் வழி
பெருஞ்சாலைக்கு
வந்தவன் நான்.

○

பொருள்

பால்வெளியில் மிதந்து செல்லும்
ஒரு வாழ்வு எவருக்கும்
திரும்பத் தென்படலாம்
சந்திக்காமல் ஒளி வட்டப் பாதை
நீண்டும் போகலாம்
பௌதிக விதியோ விஞ்ஞான
மெய்ஞான தேற்றமோ
பகுத்தறிவின் ஒலியோ நானறியேன்.
நிறுவ முயன்ற யாவும்
சில சமயம் தற்காலிக இருப்பும்
நிரந்தர மறைவையும்
அணில் ஏறிய மரமென
தடமின்றி மறைந்தும்
கழுவி கவிழ்த்திய பாத்திரங்கள்
காலத்தில் ஏராளம்.

O

குளிர்

மலை நகரத்திலிருந்து
ஆளற்றக் குறுக்கு வழியில்
நகரின் வெக்கைத் தணலை
கவனித்தபடி
கோடை காலத்தில்
மழைநாளின்
நினைவுகளில்
உயிர் சேர்க்க
ஸ்வெட்டர் விற்பனைக்குக்
கம்பளியுடன் ஏதோ
ஒரு நம்பிக்கையுடன்
இறங்குகிறான்.

❍

ஒத்திகை வலி

இஸ்ரேலின் பிதாவே
தன்னை மறந்த விழிப்பை
நீர் உண்டுவிட்டு
கட்டாந்தரை உறக்கத்துக்கு உதவும்படி
மண்டியிட்டு இறைஞ்சுகிறேன்.
எல்லாம் பக்கமும் அறையும்
இரக்கமற்ற பாதகனைச் சுட்டுக்கொல்லும்
எண்ணத்தையும் ஆழப் பாய்ந்த அதன் நுனி வேரையும்
பிடுங்கி எறியும் ஒரு மனிதனைச் சுடும் அளவுக்கு
வளர்க்கத் தவறியும் சுடும் சினம் வளர்வதைத்
தடுக்கத் தெரியாமலும் அலையுறும் வாழ்வில்
இவ்விரவின் நீளம் கொடுமையானது
எதிரியையும் துரோகியையும்
மன்னிப்பில் ஆசிர்வதித்த பிதாவே
ஏற்கெனவே என் கவிதை ஒன்றில் அவனைச் சுட்டுவிட்டு
ஓடிக்கொண்டிருக்கும் என் கால்களுக்கு முன்
உமது வாக்கை பயிரிட்டு ரட்சியும்
மேலும் சுடும் எண்ணம் வலுக்கிறது
ஒருவன் உயிர் போவதை விட
இது கொடுமையானது தந்தையே.

o

திருஷ்டி பொம்மை

முன்னர் வயலில்
பறவைகள் இறங்கி விடாது இருக்க
ஒரு உயிருள்ள மனிதன் போல இருந்தவர்
நாக்குத் துருத்திய பொம்மைகள் மருவி
தலைத் தொங்கிய பிரேதமெனத் தெரியும்
இவரை ஒரு பொம்மை
எனக் கடக்க முடியவில்லை

திருஷ்டி பொம்மைதான் என்றாலும்
உழைப்பில் உயிர் வற்றிய உயிருக்கு
நிற்கிற மனம்போல ஏனோ
இந்த மனித உருவத்துக்கு
நின்றுவிட்டேன்.

O

நானும் அவளும்

பிரியங்களை வாசலில் அள்ளித் தெளித்த நாளில்
பன்னீர் புஷ்பம் ஈரக் கோலத்தில் விழுந்திருந்தது
நான் பார்த்தேன் நீ என் கண்களைப் பார்த்தது விசேஷம்
தராசில் வெளிச்சி மீன் எடைக்கு நிற்காது
மண் தரையில் துடிக்கும் அக்கணம்
நண்பகல் நான் பார்த்தேன் நீ பார்க்கவில்லை
ஒரு பூ உதிர்ந்தது நீ உத்திரத்தில்
கால் நாற்காலியை தள்ளிவிட்ட அன்று
உன் வாசலில் பூக்கள் உதிர்ந்து கிடந்தன
நள்ளிரவில் நிறைந்த போதையில்
அம்மரத்தின் பாதத்தில் சிறுநீர் கழித்தேன்
அப்போதும் ஒரு பூ உதிர்ந்தது

O

அவர்கள் தோழர்கள்

எல்லாருக்கும் வீடு கேட்டு
எல்லாருக்கும் கல்வி கேட்டு
எல்லாருக்கும் வேலை கேட்டு
எல்லாருக்கும் உரிமை கேட்டு
புரட்சிக்கு வாழ்ந்து
புரட்சிக்கு கலை எழுதி
புரட்சிக்கு கவி பாடி
புரட்சிக்கு இசைத்து
மக்களைக் காக்க
குரல் தந்து
மக்களோடு இருந்தவர்கள்
மக்களுக்கு சிறை
சென்றவர்கள்
மக்களுக்கு
உயிர் தந்தவர்கள்
தோழர்கள்.
புரட்சி நடந்த நாட்டில்கூட
அவர்கள் தோழர்கள்.
புரட்சியே நடக்காத
நாட்டில்தானப்பா
பலருக்கு
எத்தனை எத்தனை
வீரதீரப் பட்டங்கள்.

O

(தோழர் எஸ்.ஏ.பெருமாள் அவர்களுக்கு)

அருகில் வரும் தெய்வம்

திடீரென்று சப்தமிட்டு
சாகச பலத்தைக் காட்டிச்
சூழ்நிலையின் பதட்டத்தை
ரசித்துச் சிரிக்கும் சீக்காளியெனில்
குருவியல்ல அசராத நாட்டு எருமையும்
அண்டாது அருகில் வராது எந்த அன்பும்,
அமைதியாக வெகு அமைதியாக
இருந்தால் மயிலும் நீண்ட தோகையின்
சிறு சுமையுடன் அருகில் வந்திறங்கும்
அதற்குப் போதுமான உணவை நுணுக்கி எடுக்கும்
கழிப்புக் காட்டி வந்த திசையில்
ஆகாயக் காற்றில் மிதந்து அழகு சேர்க்கும்
சட்டென்று சிலிர்த்து வான் கோழி போல் கத்தாது

o

கொள்ளை

யானை தேடிப் போகும்
தூரமும்
எறும்பு நிலத்தடி
வீட்டுக்கு உணவு எடுத்து வரும்
தூரமும்
அதனதன் சக்திக்கு
இயற்கையின் காருண்யம்
அமைத்தது
இரு உயிர்களுக்கும்
உணவைத் தனித்து
வைத்திருந்தும்
யானையின் பசிக்கு
எறும்பின் உணவை
எடுக்கும் மனிதர்களைப்
பார்த்தும் புரியாமல்
ஒளிச் சூரியனை
அல்லும் பகலும்
சுற்றுகிறது பூமி.

○

பெருமை தருவேன்

விடிந்தும் விடியாமலும்
உனக்குத் தருவதற்குத்தான்
கவிதைகள் வேறு எதற்கும் எழுதவில்லை
கண்ணீரைத் தவிர சிறந்த செல்வம் உலகில் இல்லை
மகளே ஒவ்வொரு சொல்லிலும்
நானிருப்பேன் வாழ்வை
அதிகாரமில்லாத கவியின் சொற்களில்
எளிய அன்பில் எழுதி வைப்பேன்
உலகம் அறியும் நாளில் அது
உனக்குச் சிறுபெருமை சேர்க்குமாயின்
அது போதும் இன்று பெய்யும் மழையெல்லாம்
எனக்காக என்பதுபோல இருக்கிறது
என் தாய் பிறப்பே.

o

ஆம்

நீங்கள்
அஞ்சுகிற அளவுக்கு நன்மையும்
மகிழ்கிற அளவுக்குத் தீமையும்
நடந்து விடவில்லை
கட்டிடத்தின் நிழல் மேற்கில் விழுந்து
கிழக்கில் மாறப்போகும்
ஒரு மிகச் சாதாரணமான நாள்.
உங்கள் கண்கள் அகல விரிய
இந்த பகலில் முடிவுறும் இரவில்
ஒன்றுமில்லை.

◯

நீரின் சமன்பாடு

நகரத்து வெள்ளம்
சந்து பொந்தில் நுழையும் சீற்றத்தின் நாகம்
இழுத்துக்கொண்டு ஓடுகிறது
கடல் வயிற்றுக்கு எதையும்
தெருக்களில் உயிரோடு
இழுத்துச் செல்கிறது
நீத்தார் புகைப்படங்களை
நினைவுகளின் ஜலசமாதிக்கு
கடல் உணவில் வளர்ந்த
பூத உடலை மீன்கள் உண்ணக்
கொண்டு போகின்றன
கார்களுக்குக் கொடுந்தண்டனை
மல்லாக்கப் போட்டு இழுக்கிறது
நீர் ஆவேசம் மதிப்பறியாது
நீரின் தாகம் பள்ளத்தை நிரப்புதல்
பேதம் நீரின் பசிக்கு இல்லை
எல்லாம் போகிறது
எல்லாமே ஒன்றாகிப் போகிறது
இவ்வுலகில் பசியோடு
ஒரு பிள்ளை இருப்பதைச் சொல்ல பள்ளிக்கூட
மதிய உணவுத் தட்டொன்று
மிதந்து நகரின் மையத்தில் போகிறது.

O

கூடல் மாநகரில் என் தாய்

மூப்புக் கழுதை சுமை தள்ளி
சாம்பலில் புரண்டுருளும்
மனம்போல்
மதுரை மாநகரில் இறங்கியதும்
உணர்ந்தேன் இவ்வயதில்
பெருமாள் கோயில் தாண்டுகையில்
மெலிந்து கிடந்த நரைமுடிகள்
நிறம் மாறத் தொடங்கின
சித்திரக்கார வீதி கடந்து
இம்மையில் நன்மை தருவார்
கோயில் வழியே
வழி விட்ட முருகையன் பார்த்து
மாசி வீதி தொடுகையில்
பத்து வயது இளகுவதும்
மனம் ஆகாயத்தை
நிமிர்ந்து பார்ப்பதுமாக,
நடக்க நடக்க
நினைவின் ஓரத்தில் கோயில்
மாநகரத்தின் மணம்
பருவத்தில் கிடைத்த
கட்டுப்பாடற்ற
முத்தவாசம்போல
மணந்தது.
கடைத்தெருவில்
சிறுவர் சைக்கிள் வேண்டி உருண்டது
சுற்றிய நினைவுச் சுழியில்

மொத்த வயதும்
இறங்கிப் போயிற்று
மேற்கு கோபுரத்தின் வழி
முதல் அடியை வைத்ததும்
பாலகனின் பாதங்களைப் பெற்றேன்.
பொற்றாமரைக் குளத்தில் அந்த பாலகன்
இறங்கினான்
படி தாண்டி
பச்சை நிற ஜொலிப்பில் புன்னகைக்கும்
தாயின் பிரகாரத்தில்
பச்சைக்கிளிகள்
இரு சொல்லில்
என் பெயர் சொல்லின.
அருகில்
நின்றேன்.
எனை இடுப்பில் தூக்கிய
ஒரு பெண்ணின் முகம்
நினைவுக்கு வரவே இல்லை இதுவரை.

O

சொல் சாவி

பச்சை நிறத்தில் வறுத்த
இலைபோல்
கையில் வந்துவிட்டது
முள்ளு முருங்கை வடை
நியாபகத்தில்

கிரிக்கெட் வீரன்
டேவிட் பூன் குடித்த
52 டின் பியர்களின்
காலி டப்பாக்கள்
விமானத்தில் இருந்து
என் தலையில்
விழுந்துவிட்டன
பத்திரிகைத் துணுக்கோடு

கிளை நூலகத்திலிருந்து
யுனோஸ்கோ கூரியரின்
பக்கங்கள் விரிக்கின்றன
பரந்த புல்வெளிகளை.

வயலின் டப்பாவில்
அருவாள்
இருப்பதாக பயந்தவனுக்கு
வெள்ளுடை பாதிரியார்
எல்லாம் இயேசுவே

பாடலை இசைத்து
திருச்சபையின் மெழுகுவர்த்தியை
உருக விட்டார்
ஒரு மழை தூறல் நாளில்

கிடா வெட்டுக்கு
வளர்த்த ஆட்டை
அவிழ்த்து விட்ட வினையால்
பெல்ட் அடியின் காயம் இன்னமும்
வலிக்கிறது.

இருட்டைக் கடக்க
எம்.ஜி.ஆர். வந்தார்
திரும்பிப் பார்க்காமல்
பாடியபடி ஓடுகிறேன்.

இளையராஜா குரல்
பித்துப் பிடிக்க
தரிசனம் கிடையாதா என்றே
அலைகள் ஓயாது அடிக்கின்றன.

வீட்டுக்குள் வந்ததும்
சோற்றுப் பானையைத்
திறந்து பார்க்கும் சிறுவன்
இன்று வந்துவிட்டான்.

கம்மாய் நீரில்
இளஞ்சூட்டுக் குளியலுக்கு
அரைக்கால் டவுசரோடு
குதித்துவிட்டேன்

பாரதி முறுக்கிவிட்டார்
இளமையின் நரம்பை
இங்கிருந்து நான்
கெட்டுப்போனதாக
இன்னமும் சொல்கிறான்
ஒரு நண்பன்.

அந்தச் சொல்
திறந்துவிட்டது
பனை ஓலை வீட்டுக்
கருவாட்டுப் பானையின்
வாசனையை
நிறுத்த முடியவில்லை

என் மேல் வாந்தியெடுத்த
சித்ராவும் வந்து நிற்கிறாள்.

○

மையோடிய இலை

ஓர் ஊர் தெரிந்தது
திசை தெரிந்தது
ஒரு கடை தெரிந்தது
கடையில்
சிவப்புத் தாவணி போட்டவள்
இருந்தாள்
மையோட்ட
வெற்றிலையில் அவள்
ஓடிப்போன ஊரின்
பெயர் தெரியவில்லை.

மொட்டு வைத்து
பூ பூத்திருந்தது
அவள் இல்லாத வீட்டில்
அவள் வளர்த்த
டேபிள் ரோஸ்
வெற்றிலை மையில்
அதுவும் தெரியவில்லை.

O

அஞ்சாதீர்

உங்களை நீங்களே
வெளியேற்றிய பிறகு
வானம் பார்த்தப் புன்னகைகள்
மிதக்குமாயின்
உலகில் ஆகச் சிறந்தத் தந்திரம்
அது
இன்னமும் இருக்கிறது
உலகில் இனிமேலும் இருக்கும்.
உங்கள் கத்தியால் உங்கள்
கழுத்தை
அறுக்க வைப்பதில்
வெளியேற்றியவர்கள்
கெட்டிக்காரர்கள்.

அவர்கள் கால்கள்
மரத்தில்
கட்டப்பட்ட பசு
நீங்கள் அவிழ்த்து விடப்பட்ட
இளங்கன்று
உயிர் பிழைக்க ஓடி
குன்றின் உயரத்தில் இருந்து
ஒரு நாள் பார்க்கத்தான்
போகிறீர்கள்
அவர்களை.

o

நானும் ஆங்கிலக் கவி கீட்ஸூம்

முதல் முப்பத்தியாறு
கவிதைகளை நூலாக
வெளியிட்டது கீட்ஸ்தான்

நானும் ஒண்டிக்குடித்தனத்தில்
அடித்துப் பிடித்து
நாற்பது கவிதைகளை வெளியிட்டேன்.

கீட்ஸ் அடர்ந்த பனிக் காலத்தில்
மக்கள்மன்றத்தின் அன்பைப் பெற
முந்நூறு கவிதைகளை வெளியிட்டார்
நானும் காற்றால் நடந்து
கீட்ஸைப் போல்
பாதி கொண்டு வந்தேன்.
பின்னர் முந்நூறு பக்கம்
தொட்டேன்.

நானும் கீட்ஸூம்
மனநிலை அளவில்
சமாதானத்தில் ஆழ்ந்திருக்கிறோம்
இருவர் நூல்களும்
கவனம் பெற்றுவிட்டன
அவர் உலகெங்கிலும்
நான் உள்ளூரில்.

○

புதுப் புத்தக வாசனை

புல்வெளியில்
பாயுடன் ஓடும்
மலைப்பிரதேச
பௌத்த சிறுவனைப்போல
உற்சாகத்துக்கு
புதிய புத்தகங்கள்
மலர்ந்த வாசனை
இருக்குமிடத்தில்
என் புல்வெளி
அமைந்துவிட்டது.

இருபுறமும் நூல்கள்
அடுக்கி
ஒரு மனிதன் நடக்கும்
பாதையுள்ள இடைவெளியில்
பின்தங்கிய குடும்பத்தின்
மூத்த மகனுக்கு அன்று
நம்பிக்கையின் குதூகலத்தை
அவ்விடத்தில் அடைய
சந்தோசத்தின் ரகசிய
ஸ்தலமாக்கி
மறைந்து விட்டார்
கடவுள்!

❍

**நினைவில் ஒளிரும்
ஜிமிக்கிக் கம்மல்**

சிறுவர் சைக்கிளும்
சிறு ஓடையில்
நீர்வரத்தும்
கூழாங்கற்கள் மீது
ஓர் அதிகாலையில்
பொடி மீன் குஞ்சுகள்
சுற்றுவதும்
அவ்வளவு ஆனந்தத்தைத் தந்தன.

ஓடைக்கரையில்
சிறுவர்
மீன்பிடிக்கப்
போன நாளில்
4ம் வகுப்பு பாஸ் ஆன
இன்லெண்ட் லெட்டருடன்
சிக்கந்தர் மாமா.

ஓடைக்கரைக்கு
அம்மா தேடி வந்தது

பின்னர் இச்சிறு ஓடையில்
ஜிமிக்கி ஒளி தெரிந்த நாளில்
பருவத்தில் அரும்பி இருந்தேன்.

அவ்வொளியின் பின்னே
ஓடை நீரின் சலசலப்பில்
ஓடின பரவசத்தின் காலங்கள்.

நீரற்ற ஓடை பாதையாகி
அவ்வழியே
முத்துக்காளை
மாமாவோடு போன
ஜிமிக்கியின் ஒளிகள்
திரும்பிப் பார்த்தன
இருளுக்கு முந்தி

இன்று
சிறு ஓடையில்
ஒளிரும் ஜிமிக்கியின்
இசையில்
ஓடிக் கொண்டிருக்கிறது
நீர்.

○

வாழ்தல் போற்று

குதித்து மண் சேரும்
பிள்ளையின் குணம் அருவி

காற்று உயிர் தழுவும்
பிரபஞ்சத்தின் காதல் பறக்கச்செய்யும்
குதூகலத்தின் இறக்கை

பெண் மனம் தெய்வம்
ஊட்டும் சத்துணவு
பஞ்சம் போக்கும் அன்னபூரணி

மேகம் சூழ்ந்த ஆகாயம்
கவிதைகள் வசிக்கும்
ஒளியின் மொழி
இருளின் பரந்த கானகம்
மழையின் கருணை

காலற்ற உயிரினங்கள்
சந்ததி வளர்க்கும் நீர்
நிலம்
அலைகளில் சிரிக்கும்
கடல்

மலை பண்பாடு
சித்தன் கண்ட உயரக்
கவிதை
குமரன் தலைவன்
தெய்வமான ரூபம்

பூமியே அன்னை,
தந்தை,
மிதித்தாலும் தாங்கும்
கருணை
நீயே கவி எனில்
வையகம் ஆளும் ராஜன்

o

பட்டாம்பூச்சியின் நினைவுகள்

பட்டாம் பூச்சிகள்
பூவில் தேனருந்தும் நிலையில்
பாலருந்தும் குழந்தையென
சிறகுகளின் கால்களை
அசைகின்றன.

பட்டாம் பூச்சிகள்
தனி அறையிலிருந்து
வனத்துக்கு
அழைத்துச் செல்கின்றன
கவிஞனை,

சிறகுகளில்
மஞ்சள் வெயிலேந்தி
பூ மரத்துக்கு மேலும் கீழும் பறந்து
தீப ஆராதனை காட்டுகின்றன
பட்டாம் பூச்சிகள்.

பிடிபடாமல்
குழந்தைகளுடன்
இப்பிரபஞ்சத்தின்
மடியில் குழந்தைகளாக
ஓடி விளையாடுகின்றன.

பட்டாம்பூச்சிகள்
மழை நாளில் பிறந்து
ஈரத்தில் ஊரும்
சிவப்பு நிற வெல்வட் பூச்சிகளிடம்
தன் காதலை
நிறைவேற்ற உதவிடுமாறு
கேட்கின்றன.

கவிஞன் ஒருவன்
அவற்றை
பாட்டின் ராகத்தில் வைத்ததற்கு
நன்றியின் பாடலை
சேர்ந்திசைக்கின்றன.

O

(நா. முத்துகுமாருக்கு)

கவிதையின் கூத்து

வாழ்ந்துகொண்டே
எழுதுகிறார்கள்
அவர்கள் வாழ்க்கை அப்படி
வாழ்ந்து பார்த்ததும்
எழுதிப் பார்க்கும்
கிறுக்குப் பிடித்துவிட்டது
வாழ்ந்ததும் வாழாததும்
கனமாக
சேர்ந்துவிட்டது.
என் வாழ்க்கை அப்படிச்
சிறுகச் சிறுக எழுதிச்
சேர்ப்பது ஒரு வகை,
சேர்ந்ததை மொத்தமாக
இறக்குவது இவ்வகை.

O

அலமாரி

துக்கத்தின் பயிர் செழிப்புடன்
வளர்கிறது
நீர் இன்றி வெயில் இன்றி
நினைவின் உரத்தில்
அவரவர் வீட்டில் அதற்கு
ஒரு அலமாரி இருக்கிறது
யார் வேண்டுமாயினும் அதை
திறந்து விடலாம்
நேற்று தொலைக்காட்சித் தொடரில்
தோன்றும் குணச்சித்திர நாயகி
திறந்து
அம்மாவிற்கு பெரும் துக்கத்தைக்
கொண்டு வந்தாள்
துக்கம் நீர் நிரம்பிய மண்பாண்டம்
அது எப்பொழுதும் உடையவே
காத்திருக்கிறது.

O

வேண்டுவது

கரை இருந்தும்
திரும்பும்
நம்பிக்கையிருந்தும்
திரும்ப விரும்பாமல்
ஆழம் காணும்
ஆவல் குறையாமல்
உன் மீதான மயக்கத்தில்
மூழ்கி இறக்கத் துணிந்த
சவலைப் பயலை,
காதலின் பொருட்டாவது
திகட்ட இன்பம் தந்து
பின்னர்
பலியிடு.

O

காக்கையின் கூடு

என் காக்கை
நான் இல்லாத
வீட்டிற்குப் போய்
என்னை
அழைக்கிறது,

நான் இருக்கும் இடம்
அதன் கூடு
நான் முட்டைகள்
தாங்கும்
முள்

O

மயில் வாகனன் துணை

மயில் தோகை
நோட்டுப் புத்தகத்துள் வந்த
பரவச காலங்களில்
எவரும் நினைப்பதில்லை
உதிர்ந்த மலரில்லை
இப்பறவையின் தோகைகள்.

ஆயிரம் மலரும்
கவிதைகளில்
பழைய நினைவின் பக்கங்களில் அலறுகின்றன

இதற்குமேல் எழுத
மனம் தாங்கவில்லை
தமிழ் பறவையின்
துயர்மிகுந்த சரிதம்.

O

கிழவியின் வாழ்வு

அந்தியில் காகிதங்களைக்
குனிந்து பொறுக்கும் கிழவி
குடிசைக்குத் திரும்ப
இருளே நேரம் என்றான
வெற்றுக் கணத்தை
நிரப்பச் சுவையூறிய சொற்களில்
உதவா நம்பிக்கையினை தரும்
கால உபதேசங்களின்
சீமெண்ணை விளக்கை ஊதி
அணைக்கிறாள் கிழவி.

கிளி முட்டை உடைக்க
ஒரு நேரமிருக்கிறது எனும்
வாசகம் எழுதப்பட்டக்
காகிதத்தை
நாளைக்குப் பொறுக்கி
ஒரு குப்பை பையில் திணிப்பாள்
மீண்டும் இருள் வரும் வரை.

O

விலகி விடு

காமத்தைத் தூண்டுபவளிடம் இருந்து விலகி விடு,
காதலைத் தூண்டுபவளிடம் இருந்து விலகி விடு,

தராமல் எடுக்கத் தூண்டுபவளிடம் இருந்து விலகி விடு,
கோபத்தைத் தூண்டுபவளிடம் இருந்து விலகி விடு
பகையைத் தூண்டுபவளிடம் உடனே விலகி விடு

அவளை நீ
கொல்லும் முன்
வெளியேறிவிடு
விலகி விடு.

o

நேர்மைக்கு வலி

தொழில் தர்மமில்லாத
கடவுள் மறுப்பாளர்கள்
ஜோராக
வளர்கிறார்கள்

கருணையற்ற
ஆத்திகன்
அம்பாள்
பெருமை பேசி
பூரிக்கிறான்.

இருபக்கமுள்ள
நேர்மையாளர்களின்
கதி அந்தோ கதி
அவர்கள்
நெருப்பில் நீந்தி
அலைய வேண்டியிருக்கிறது.

O

அசோக மரத்தின் தனிமை

குடையுடன் வந்திருக்கிறேன்
இருமல் மருந்து அலமாரியில் இருக்கிறது,
நெஞ்சில் தேய்க்க
வெளிர் மஞ்சள் தைலம் இருக்கிறது.
பெருங்காற்று நிற்கும் வரை
நின்றிருக்கிறேன் இன்றும்
நீ இல்லை என்பதை நம்பத்
தொடங்கி விட்டேனா?
இந்த இரவின் குளிரில்
நான் ஏன் விம்ம வேண்டும்
துயரத்தின் கண்களில் தேங்கும் நீரில்
அதை ஏன் ஆமோதிக்க வேண்டும்.
இந்த அசோக மரத்தின்
கீழ் நிற்கிறேன்
கடைசியாக வரும் பேருந்திலும்
நீ வரப்போவதில்லை
என்பதை அறிந்தும்.

O

இசை முழக்கம்

நெளிந்த
நாகம் பயந்து
வீட்டை விட்டுப்
புறவழி பொந்தின் வழியே
வெளியேறிவிட்டது.

கருக்கலில்
தீண்டியிருக்கும்
பானைக்குள் கைவிட்டப்
பெண்ணொருத்தியை,

பூரானும் தேளும்
இன்ன பிற
விஷமெல்லாம்
விலகி ஓடின.

காதைத் தொட்டது
மனதின் ஆழத்தைத்
தொட்டது
தொடக்கூடாது என்பவனைத்

தேகம் முழுவதும்
அதிரத் தொட்டது.

செத்தவனைக் கொண்டாடி
வழி அனுப்ப,
இருப்பவனை
வாழ்விக்க,
நாட்டின் நஞ்சையெல்லாம்
விரட்ட
நாற்புறமும் முழங்க வேண்டும்
பூர்வ குடியின் பறை இசை.

O

குளிரில் விண்ணப்பம்

பல மைல் தூரங்கள்
கடந்து வந்திருக்கும்
நீ அறைக்குக் கொண்டு
செல்லவிருக்கும்
விலையுயர்ந்த மதுவின்
ஒரு மிடறு
குளிருக்கு எதிரான நடவடிக்கைக்கு
உதவும் என்பதும்,
இருவரும் மரியாதை நிமித்தமாக
அருந்த இவ்விடம் போதுமானது,
தூரங்கள் கடந்து நட்பின்
கொண்டாட்டத்திற்கு உழைப்பின்
களைப்பு நீக்க வந்திருக்கும்
இந்த பானத்திற்கு மரியாதை செய்ய
என்ன தடையுள்ளது.
சாலையில் வசிப்பவனுக்கு
வெளிநாட்டு செம்மை மது
தரலாமா
எனும் கேள்விக்குப் பதில் இல்லை,
உன் போத்தலின் உலகில்
ஜாதியில்லை
போதையில் வர்க்கம் இல்லை
தோழமைக்கு சொல்ல சியர்ஸ்
இதயம் நிரம்ப உள்ளது என்னிடம்,
இம்மழை நிற்கப்
போவதில்லை நண்பனே.

O

சிறு மஞ்சள் பழம்

எலுமிச்சைப் பழம்
மஞ்சள் வண்ணத்தில்
உருண்டு ஓடுகிறது

மேஜையில் சமமாக
நறுக்கியதும்
பூமத்திய ரேகையின்
இரு பாகமாகிறது
தூக்கி எறிந்தால்
மேற்கு வானில் இசைந்து
தன் தந்தையின் ஒளியாகப்
பரவுகிறது.

பூஜைக்கும்
தெய்வத்திற்கும்
பேய் விரட்டவும்
கைக்குள் இணக்கமாகவும்
அவரவர் அறிவுக்கும்
அன்பிற்கும் பின்னால்
பழுக்கும் பழமாக
இருக்கிறது.

o

நிஜத்தின் கற்பனை

இது நான்கு சிறுவர்களின்
கதை
மதிய உணவிற்கு
வரிசையில் முண்டும்
பாலகர்களின் துயரச் சம்பவம்.

மலையுச்சியில்
பட்டுப் பூச்சிகளையும்
சுக்கான் பாறையின் இடுக்கில்
காடை ஓடியதும்
கௌதாரி நின்றதும்
சொரட்டை பாம்பு துயில்
கொண்ட
சோம்பலின் சுருண்ட
வடிவமும்
காண நேர்ந்த சோகம்,

கொண்டு போன
நீரெல்லாம் சிறுநீராகக்
கழிந்த வரலாறு

மலையில் சிறுத்தை
இருப்பதாகச் சொன்ன
கருத்தக் கண்ணன் மாமா
லோட்டாவில் நாலைந்து
பேருக்கு

ஏதோ நீர் தந்ததை
பார்த்த புதர் வைபவம்.

உயர இருந்து யாவற்றையும்
பார்த்தது ஒன்றே
ஏமாற்றத்திலும்
சிறு நன்மையென அறியாமல்
கீழ் இறங்கியவர்கள் நான்கு
அரைக்கால் சட்டைகள்.

மறு நாள் வகுப்பில்
மலையுச்சியில் சிறுத்தையோடு நிற்கிற
ஒரு கற்பனையின் தொடக்கச் சொல்லில்
கதைப் புலி என்னுள்
உறுமத் தொடங்கியது.

இடி
மின்னல் சேர்ந்து
காற்றும் வீசத் தொடங்கியது.

O

அம்மா பசு

தண்ணிக் காட்ட கூப்பிடும்
பசுவோட குரலுக்கு
சோளக்காட்டு குருவிக பறக்க
ஓடி வருது செல்வி.
ஆளைப் பார்த்ததும்
கூடக் கத்துது போன
மாசம் பொறந்த கன்னு
முந்திக் குடிக்குது
கன்னு பொறுத்துக் குடிக்குது ஆத்தா.
அடி வானம்
சிவந்து மேகம் போகுது
தெக்க

வாசக அனுபவம்
ஒரு கவிதை படித்தோம்
முதல் இரண்டு அடிகள்
வாசகனுக்குப் புரியும் படியும்,
அடுத்து இரண்டு வரிகள்
உட் பொருள் படிக்கும்
ஒவ்வொருவரும்
ஒரு விளக்கம் சொல்லும்
நிலையினை எய்தினர்.
எழுதியவரை அழைக்க
அடுத்தக்கட்ட நடவடிக்கை
இருக்குமென
ஊகித்தபடி
இருப்பது பற்றிய
அபிப்பிராயத்தில் மாற்றமுண்டாகி
மீண்டும் அக்கவிதையினை
படிக்க இறுதியில்
புரியவில்லை என்பது
மடமை எனக் கருதி விடும்
சூழ்நிலையை தவிர்க்கவே
அக்கவிதையினை கைவிட்டு
ஆளுக்கொரு காபி அருந்திக்
களைப்பு நீங்க முடிவெடுத்தோம்.

O

அஞ்சல் பெட்டி

பனிக்காலத்தில் உயிர்
பிசுபிசுக்கும் கேவல்களையும்
கண்ணீரையும் நல
விசாரிப்புகளையும்
பிரிவையும் பிரிவின்
நன்மையும் வயிற்றில்
சுமந்து ஒரு சொல்
கூட அழிந்து விடாமல்
காத்து
ஓரத்தில்
நள்ளிரவில் புறநகருக்குள்
நுழையும் தெருவில்
நின்றிருந்த தபால்
பெட்டியை
தெரு விளக்கு ஒளியால் மூடி
இருந்தது.

பார்க்க ஆளற்ற காலம்
வாழும் காலத்தில்
அடைந்த மனப் பிறழ்வின்
விளங்க முடியாத
பிசகிய நோய் அதற்கும்
இருந்தது.

O

தேனீயை தேடும்

கூட்டுக்குத் தீ வைத்து
நீ கொண்டு வந்த தேன்
தேனீக்களின் கண்ணீர்
எனக்கும் என்
கவிதைகளுக்கும்
அது சேராது.

உலகில் உள்ள ராணித் தேனீக்களின் முன் மண்டியிட்டு
மன்னிக்கவும் தாயே என்று கேள்.

அவளது வம்சாவளிகளை தாங்கியிருக்கும்
உயர்ந்த நெடுமரங்களின் பாதங்களில் முத்தமிடு

O

முயற்சிக்குத் தெய்வம்

பொது
மருத்துவமனையில்
கைவிடப்பட்டவனின் மனுஷி

இந்நள்ளிரவில்
அரச இலைகள் காற்றுக்குத்
தனிச் சத்தமிடும்
பின்பனியில்
ஏற்றிய தீபம்
நிமிர்ந்து சுடர்ந்தது

மரத்தின்
பாதத்தில் இருந்த கணபதியின் முன்
சாஸ்டாங்கமாக நெற்றியில்
மண்பட விழுந்தாள்

தெய்வம்
நம்பிக்கையில்
கலந்துக்
காப்பாற்றி விடலாம்
என துணிந்ததில்
உயிர்காக்கும் மருந்தைச் செலுத்தினர்
இறுதி முயற்சியாகச் செவிலியர்

○

அவர்கள்

தொடர்ந்து விரட்டுகிறார்கள் பிச்சையெடுப்பவர்களை
போலீசார்
காலையில்
போய்விடும் அவர்கள்
மாலை அங்கு
வந்து விடுகிறார்கள்

யார் வரும் நேரம் அவர்கள் இருக்கக்கூடாது
இருக்க வேண்டும் என்ற அட்டவணை பார்த்துப்பார்த்து
இப்பொழுது அவர்களே நகர்ந்து விடுகிறார்கள்

O

தெருவின் அமைதி

இமை அசையாது
மௌனம் காக்கும்
ரகசியங்களற்றதெருவில்
பகலில்
எப்போதாவது
 உப்பு விற்பவன்
கூவியபடி
நுழைந்து விடுகிறான்

சிறிது நேரத்தில்
முழு தெருவும்
உப்பால் நிரம்பி விட்டது

இந்த உப்புக்கள் கரைய
ஒரு மழைக்காலம் வரை
காத்திருக்க வேண்டும் அத்தெரு

○

தாத்தா பெயர்

பெரிய அண்டாவின்
நீரை
வெளியிறைத்துச்
சுத்தமாகச்
சேலை முந்தானையில் துடைத்தாள்

தாத்தா
 வெங்கலக்கடைதெருவில்
பெயர் வெட்டி வாங்கியது என்றாள்
அடகுக்கடைக்கு
அதை
கொண்டு போக
ஏனோ
அவளால் முடியவில்லை

○

தோழர்

சைக்கிளில் பயணித்து
டீசல் விலையேற்றப்
போராட்டத்தில்
கலந்து கொண்ட
ஒரு மனிதன்
என்னைத் தோழர் என்று அழைத்தார்

பின்
எல்லோரையும் சமமாக
அப்படியே அழைப்பதைப் பார்த்தேன்
வறிய நாட்களில்
பிறர் பாடுகளை
என் கவலைகளை திருப்பி விட்டு
தன் சைக்கிளில்
எதிர்காற்றில் போய்க் கொண்டிருந்தார்.

O

அவர் தந்தை

குடும்பங்கள்,
குழந்தைகள் உட்கார்ந்து சாப்பிட
கால் கடுக்க
உச்சி வெயில் சாலையில்
கொடி அசைத்து
நிற்கிறார்
உணவுக்கடை காவலாளி.

o

துணை

சிறுமியின்
காட்டுப் பாதைக்கு
வெளிச்சம் சேர்க்க
மேகத்தை விலக்கி
பிரபஞ்சத்தின் துணையாக
வெளியே வருகிறது
நிலவு.

o

ஆசி

யானை ஆசீர்வதிக்கத்
துதிக்கை
யானையை ஆசீர்வதிக்கக்
கோபுரத்தின் நிழல்.

O

கனவு

தூக்கம் வராமல்
மொட்டை மாடியில்
விரித்த பாயில் படுத்து
நட்சத்திரம் பார்க்கிறான்
வாய்ப்புக்கு அலையும்
திரை நடிகன்.

O

ஆறுதல்

காற்றுக்குக் கையில்லை
கண்ணீர் துடைக்க வழியின்றி
மலையுச்சியில்
விரக்தியில் நிற்கும் அவளுக்கு
கேசம் கலைய
தலைத்தொட்டு ஆறுதல் சொல்கிறது.

O

பிள்ளை

கிணற்றில் விழுந்தக்
கன்றைத்
தூக்கச் சொல்லி
அம்மாக்களை
கூப்பிடுகிறது பசு.

O

கல்வி

அடுக்களையில்
அவளோடு சேர்ந்து
வீட்டைத் துடைக்கிறது
கிழிந்த பள்ளிச் சீருடை

o

உனக்கு

வஞ்சகத்தின்
தேர்க்காலில் அடிபட்டுக்
கிடப்பினும்
உயிர் பிரிவை
முழு மனதோடு உணர்ந்து
எமது
புண்ணியத்தின் பலன்
அனைத்தும்
உந்தன் கைகளில்
தாரை வார்த்து மறைவேன்.

O

நினைப்பு

கொடிக் கயிற்றில் காயும்
பாவாடை
காற்றில் அசைய
மகள் ஊஞ்சல் ஆடுகிறாள்
அக்கணம்

O

நீதி

சலித்துக் கொண்டு
பிரயோஜனமில்லை
போட்டக் கோடுகள்
வெறுங்கோடுகள்
தண்டனைக்குச்
செல்வாக்குண்டு
மற்றது கையூட்டுக்குத் தீனி
சொல்வதற்குச் செய்தி
பொதுவிதி

○

வர்க்கத் தாகம்

தண்ணீர் கேட்டுப் போராட்டம்
தடியடி கேட்பவர்களுக்கு
கூட்டம் கலைந்த பின்
குடிக்கத் தண்ணீர் இன்றி தாகத்தோடு
தொப்பி போலீஸார்கள்.
இருவர் தாகத்திற்கும்
இடையில் ஓடுகிறது
நீரின் அரசியல்

○

எஞ்சின் தண்டோரா

ஊருக்குள் வரும் பேருந்து
வெளியூர் கண்ணீர் அஞ்சலி
போஸ்டரையும்
சுமந்து வருகிறது.

O

தேசபக்தி

வெளிநாட்டுக்கு
உயர் தர
ஏற்றுமதி
தாய்நாட்டுக்கு
இரண்டாம் தர
வினியோகிக்கும்
தொழில் அதிபரின்
சுதந்திர தினக் கொண்டாட்டச்
சாக்லேட் கசக்கிறது.

O

தந்தைமை

வெற்றுடம்பில்
தன் குழந்தைகளைக்
கூடுகளோடு
தோளில் சுமந்து
நின்றது
கோடையில் மரம்.

O

ஏற்றல்

அறைந்த ஆணியைச் சுற்றிப்
பிசின் வழிகிறது
அப்பொழுதும் நிழல் உண்டு
உறங்க
ஒதுங்க
எதுக்கும் அம்மரம்
இசைந்திருந்தது.

o

நிறைந்தது

ஜீவன் நீர் சூழ்ந்து
ஒரு சொட்டுக்
கூட இனிக்
கண்ணிலத்தில் இருந்து
சிந்தக் கூடாது

எனக்கு இந்த ஒரு கவளம்
போதுமானது
ஊட்டும் முன்
உன் கண்களைப்
பார்த்தப் பிறகு

௦

போகட்டும் விடுங்கள்

அசைக்காது இருங்கள்
கயிற்றுப் பாலத்தை
பார்வையற்ற
கலைமான்
நடுவே திகைத்து
நிற்கிறது.
இருள் வழியில்
அதன் இயல்பில்
வனம் சேரட்டும்.

O

காவல்

மண்ணைப் போட்டு
மூட வந்த ஆளுகள
அண்ட விடாம தொறத்துது
பெரிய கிணத்து
வயித்துக்குள்ள சத்தமில்லாம
வாழ்ந்து வரும்
தேன்ராட்டு தேனீ மக்க...

○

காரணி

ஊடுபயிருக்கு நீர்பாய்ச்சி
நிமிர்கையில் நெற்றியில்
ஒற்றிய சூரிய ஒளியோ
செடிகளுக்கு
வந்து சேர
பெருமரங்களின் கிளைகளில்
ஒரு வழி உண்டாகக்
காரணம் என்னவோ
அக்காரணம் ஒன்று போதும்
நான் இருப்பேன்.

O

சூத்திரம்

தேறுவது தேறும்
தேறாதது தேறும் பொழுது
மினிட்டாம் பூச்சி
குருவிக்கூட்டுக்கு
வெளிச்சமான கதை
குழந்தைக்கு எங்கோ
இவ்வுலகில்
சொல்லப்படுகிறது.

0

குங்கும நதி

உன் குங்குமம் உருகி
விபூதியோடு
வியர்வையில்
இசைந்து
வெளிர் சிகப்பில்
நெற்றியின்
அந்தி நதிக்கரைக்கு
அழகு சேர்க்கிறது.

O

தனிமையின் நிறம்

ஆளற்றப் பூங்காவின்
சிமெண்ட் இருக்கையில்
வெயில்
ஏன் தனியாக
அமர்ந்திருக்கிறது

O

திறமை

ஒரே செயலை திரும்பத் திரும்ப செய்கிறார்கள்
எவரும், திரும்பச் செய்யாதவர்கள் இல்லை
திரும்பச் செய்ய முடியாத வீம்பில்
அடிப்பட்டு இறந்தும் போகிறார்கள்.
வேட்டையின் லாவகம் தப்பியது தெரியாமல்
காட்டுக்குள் கர்ஜனை சத்தம்,
நேர்த்தியாக பேசுகிறார்கள்
பழைய கஞ்சிப் பெருமை.
திரும்பச் செய்ய முடியாத
குறைக்கு
ஆணவத்தின்
கொம்பு.

O

பள்ளி வீடு

ஓடு வேய்ந்த
பள்ளியின் மேல்
இடுக்கிட்ட
கூட்டில் இருந்து
தவறி விழுந்த
ஒரு அணில் குஞ்சால்
வகுப்பறையின்
அணில் பிள்ளைகள்
கத்திக் கூச்சலிட்டன.

வால் ஆட்டி
ஆனந்தத்தில்
கொய்யா மரக்கிளையில்
படுத்திருந்த அணில்
பதட்டதுடன்
வகுப்பறைக்குள்
நுழைந்தது.

○

கவனித்தல்

மிதித்த பிறகும்
ஓடும் எறும்புக்கு
புருவம் உயர்த்தும்
தேவாங்கின்
கண்களென
பிறர் ஏணியை எடுப்பவன்.
அவனிடம்
விலகியிருந்தான்
ஏறக்குனியும்
யானையின் சிநேகிதன்.

O

கீதா மாய்

தறியில் யாருக்கோ
சேலையாகப் போகும் நூல்
பாவின் மீது பறக்கத் தொடங்கிய
பட்டுப் பூச்சிகள்
பேசத் தொடங்கியபோது
கீதாமாய் என்னோடு
அவள் தாய் மொழி
சௌராஷ்டிரத்தில்

"தூ காய் கெரரியோ"

என்றாள்.

நிமிர்ந்த தும்பைப் பூவென
கண்களின் றெக்கை அசைக்காது
பறக்காத பட்டுப்பூச்சி என
அப்படியே
என் கிளையில் நின்றாள்.

○

திரு விளக்கு

விளக்கெனில்
என்றேனும்
ஏற்றப்படும்.

திகைக்க
ஒன்றுமில்லை எதையும்
அணைக்க முடியாது

அது அது
அது அது
அதைச் செய்யும்.
அது அதுக்கு
அது உண்டு.

O

நன்றி என்பது

பிறகு,
சாறு அருந்தியவுடன்
நன்றியின் சொற்களால்
குறை சொல்லவும் துணிந்தீர்கள்

நான்
தோட்டத்தை விட்டு
நீர் ஊற்றிய வாளியுடன்
மௌனமாக
வெளியேறுகிறேன்.

O

கானக உயிரின் தாகம்

மான்கள்
மௌனத்தில் நிமிர்ந்து
கண்களால் புற உலகை
கண நேரம் கவனித்து
ஒன்றுக்குப் பின் ஒன்றாக
நீர் அருந்தும்
வேளையில்
வாழ்வின் நம்பிக்கையை
திரைக்காட்சி
வழிப்போக்கன் போல
பாடுகிறது
ஆகாயத்தில் ஒரு பறவை

o

கத்திச் சண்டை

கவுன் சுழல மேஜையில்
தாவிச் சண்டையில் வென்ற எம்.ஜி.ஆர்
வாளைக் கவனமாக இடுப்பு உறையில் சொருகிச்
சிரிக்கிறார்.

O

குழந்தையின் மொழி

காலத்தில்
வலித்துப் பெற்ற
அன்னைக்குப்
பிறந்தவுடன் கண் கூசும் உலகத்தில்
நேரங்கடந்தப் பொறுமை
மலர்ச்சியாக்கும்
எனவும் சொல்லாமல் சொல்கிறது
சிணுங்கலில்.

O

சிறார்கள்

கம்மாய்க்கு வரும்
தூக்கணாங்குருவிகள்
மேக்கரையில் இருந்து
இக்கரைக்கு வருகின்றன
இக்கரையில் இருந்து
அக்கரைக்குப் போகின்றன.
அக்கரையில் அமர்ந்திருக்கின்றன
அந்தியில் அதன் அதன்
கூடுக்களுக்குப் போய் விடுகின்றன.

O

அன்பின் பரிசு

மேற்கூரை
ஓட்டில் காய்த்து
விட்டது பூசணிக்காய்
பௌர்ணமி போல்
வளர்ந்து விட்டது

முதல் சினேகிதிக்கு
வாஞ்சையுடன்
தரும் அன்பின்
பென்சிலென
உயிர் பணயம்
வைத்து ஓட்டில்
தவழ்ந்து
பறித்த காயை
தலையில் சுமந்தோடி
என் டீச்சருக்கு தந்தேன்.

❍

நன்றியின் தோற்றம்

ஒருவர் போவோரை
மறித்து அரை கிலோ மீட்டர் கடந்து
இறங்குவதாக
இரு சக்கர வாகனத்தில்
ஏறிக்கொள்கிறார்.
நடந்தும் போகலாம்
இருந்தும் இருவரும்
அது பற்றி பேசவில்லை
என்பதில் அது உதவியில் சேர்ந்து
நன்றியை பெறுகிறது.

O

தாய்

பின்னிரவில் நெடிய நகரத்து
சாலையைப் பெருக்கியபடி
உக்கிரப்பனி
சூடிய முகம் தெரியாதப் பெண்களில்
அக்கா ஒருத்தி
நிலை தடுமாறி
விழுந்து கிடந்தவனின்
கால்களைச் சக்கரங்கள்
தின்று விடாமல்
இழுத்து
ரட்சித்த மாகாளி.

O

அணிலாட்டம்

ஒரு கிளையில் இருந்து
மறு கிளைக்குத் தாவும் அணில்
விட்டுவிட்டு வந்து கிளை ஆடுவதை
ஒரு கணம் பார்க்கிறது
ஆடப்போகும் இக்கிளையை
இறுகப் பற்றி மறு கிளைக்குத் தாவுகிறது

O

காதலின் அமைதி

இந்த அந்தியை
நின்ற மரத்தின்
நிழலை உணர்ந்து
நீ தந்த முத்தங்களை
தாங்கிய மடியின் வெம்மையை
மறு பிறப்பை
திருப்பித் தரமுடியாத
இவ்விரவில்
எழுத முடியாத அமைதி
சூழ்ந்திருக்கிறது.

O

◆

செங்காட்டில்
சிறுமியொருத்தி
மழைக்கு முந்தி
ஓடும் மூச்சிறைப்பின் ஓசை

கண் பூத்தக் கிழவி
ஈசல் பொந்தில்
ஊதும் ஒலியில்
கேட்கிறது.

பூப் பூவா
கண் பூவின் மேலே
பறக்கின்றன
ஈசல் கூட்டம்.

முடிந்ததை பிடிக்கிறாள்
முடியாததைப் பறக்கட்டும் என்றே பார்க்கிறாள்.

O

◆

இவ்வுலகிற்கு ஒரு கவிஞரிடம்
இருந்து
அதிக பட்சம் ஆறு ஏழு
கவிதைகள் தான் தேவையாக
இருக்கிறது.

○

◆

பசியில் இருந்த
தாத்தா
நான்
பொங்கிய உணவு
தட்டுக்கு வரும் நேரத்தில்
எங்கோ
போய் விட்டார் சாமி.

○

◆

நீ அணைக்கும்
பொழுது
பதட்டமாக இருக்கிறாய்
நான் வெளியே
போவதை
நிறுத்தி விடுவேன்.

O

◆

ஏற்றமில்லை இறக்கமில்லை ஆவேசமில்லை
சுருதியை மீட்டுபவர்
கண்மூடியே
பெரும்பாலும்
இருக்கிறார்.

○

◆

ரயில்
போய்விட்டது
நத்தை
போகவில்லை
இன்னும்

◆

கடல் நிறைய
மீன்கள் இருந்தும்
ஒரு மீனை மட்டும்
எடுத்துக்கொண்டு
பறந்து போய்விட்டது பறவை.

O

◆

அதன் வீட்டில்
நான் வசிப்பது போல பார்க்கிறது
என் வளர்ப்பு பூனை.

O

◆

இச்சிறு எறும்புகளை வெளியேற்றப்
பொசுக்கும் வெயிலில்
சீனி டப்பாவை
வைத்த வன்முறையிலிருந்து
மயக்க மருந்தின்றிக்
கூட்டுக்குடும்பத்தை அறுக்கும் யுக்தி
பிறந்திருக்கக்கூடும்.

o

◆

குழம்பு வைக்கக் காசில்லாத
நாட்களில்
உண்ண முகம்சுழித்த என்னிடம்
நாமும் நல்லாயிருப்போம்டா
என்ற சொற்களை சோற்றில் ஊற்றி
ஊட்டி வளர்த்தாள்
என் தாய்.

O

◆

அதிகம் மதுஅருந்திக் கொண்டிருப்பவர்கள் அருகில் வெகுநேரம் அமர்வதில்லை

O

◆

மின்சாரம் தடைப்பட்ட அடர் மரங்களின்
சாலையில் கைப்பிடித்து எனை அழைத்து
வந்த பார்வையற்றத் தோழனின்
ஊன்று கோல் தொட்ட வழியெல்லாம்
இருள் பூக்கள் பூத்திருந்தன.

O

◆

கைச்சிரங்குக்குக் குப்பை மேனி
மனச்சிரங்குக்கு உந்தன் மேனி

O

◆

கூட்டுக்குத் தீக்காட்டி
நீ கொண்டு வந்த தேன்
தேனீக்களின் கண்ணீர்
உலகில் உள்ள ராணித் தேனீக்களின்
முன் மண்டியிட்டு
மன்னிக்கவும் தாயே என்று கேள்.
அவளது வம்சாவளிகளை
தாங்கியிருக்கும்
உயர்ந்த நெடுமரங்களின் பாதங்களில்
முத்தமிடு.

○

◆

பசி மேய்கிறது வயலை,
ஒன்றும் அறியாத
மாட்டை ஏன்
விரட்டுகிறாய்?

O

◆

இல்லை என்ற புனிதச் சொல்லை வீசி ஏறியுங்கள்
துயரோடு அடுத்த கரை நாடி மிதப்பேன்
தருகிறேன் என்ற சொல்லை தந்து
தராது அலைக்கழிக்க பிறந்தவை அல்ல,
அது தர்மத்தின் சொல்.

O

◆

வாழ்வென்பது
குறைந்து கொண்டிருக்கும்
நாள்.

இடையில்
போதும் போதும் என்றளவுக்கு
அள்ளி வைக்கப்படுகிறது
இருளும் ஒளியும்.

O

◆

கோஷ்டிக்குள்ளே சிரிப்பு
கோஷ்டிக்குள்ளே தலையசைப்பு
கோஷ்டிக்குள்ளே ஒத்துவின் புன்னகை
கோஷ்டிக்குள்ளே ஜால்ரா
கோஷ்டிக்குள்ளே தவில்
எவரும் கவனிக்கவில்லை
உற்சாகத்திற்குக் குறைவில்லை
கலைமாமணி நாதஸ்வர வித்வானுக்கு.

○

◆

ஒரு குழந்தையை ஏய்க்கும்
விதத்தில் மிக எளிதாக எனை
ஏய்த்த உன்னை என்னால் ஒன்றுமே
செய்யமுடியாது நண்பா
எனது ஆற்றாமையில்
உள்ளிருந்து ஊறிய
கண்ணீர்த் திவலைகள்
உனைச் சேராது,
சபிக்க மாட்டேன்.
மறந்து விடுவேன்.
உன்னைச் சந்திக்க
மாட்டேன்.
சந்திக்கவே மாட்டேன்.

o

◆

மேலே வரும் தகுதியுடைய
உனது கோப்புக்களை
சத்தமின்றி கீழே எடுத்து எடுத்து
வைக்கும்
மர்மக் கைகள் நிறைந்த இவ்வுலகில்
நேர்மையாக இரு.

O

◆

மைய இரவில்
பயணிகள் சேர்ந்து
தள்ளிய
அரசுப் பேருந்து
இயக்கச் செயல்பாட்டுக்கு
வரக் கூடுதலாக இருளின்
பிரஞ்சக்கரங்களும் துணைக்கு வருகின்றன.

O

◆

எது தேர்ந்தெடுக்கப்படும்
எது கைவிடப்படும் என்றே
காலத்தின் புதிர் அறியா வாழ்வில்
தேர்ந்ததெடுக்கப்பட்ட கவிதைகள்
எனும் ஒரு தொகுப்பு.

❍

◆

மழைக்காலத்தில் வெளியே
போகாமல் அது மழைக் காலமாகுமா அம்மா என்றாள்..

வெளியே போன
யசோதைக்கு
இருமல் இல்லை,
தும்மல் இல்லை
கட்டி அணைத்து அன்னைக்கு
உஷ்ணப் பரிவர்த்தனை தந்து
தூங்கிப் போக
இச்சிற்றூரில் சீதோஷ்ண மாறுகையில் உண்டாகும் காய்ச்சல்
கண்டிருந்தாள்.
இதற்கு
ஒரு டாக்டர் அவ்வூரில்
இருந்தார்.
அவருக்கு தந்தையற்ற
குடும்பத்தின் பையனை கம்பவுண்டராக
அனுப்பியிருந்தார் கடவுள்.

O